தமிழ் எழுத்தொழுங்கு

Anatomy of Tamil Script

தமிழ் எழுத்தொழுங்கு
Anatomy of Tamil Script

நாக. இளங்கோவன்

(N.Elangovan)

ZDP

SPECIFICS

Title: Tamil Ezuthozungu
Author's Name: N.Elangovan

Published by ZDP Specifics

ZDP SPECIFICS

ZDP Specifics
(An imprint of Zero Degree Publishing)
No.75 & 76, I Floor, Kuppusamy Street,
Balaji Nagar, Padi,
Chennai - 600050

Website: www.zerodegreepublishing.com
E Mail id: zerodegreepublishing@gmail.com
Phone: 89250 61999

ZDP Specifics First Edition : April 2026
ISBN : 978-93-47206-96-2
TITLE NO ZDPS :138

Layout: G.Selvakumar
Cover Design: Preethi Elangovan
Printed at Rathna Offset, Chennai, India

பொருளடக்கம்

Index

அணிந்துரை

“தமிழ் எழுத்தொழுங்கு” என்னும் இந்த நூல், தமிழ் எழுத்துருக்களின் வடிமுக உடற்கூறியல் *(Typeface anatomy)* பற்றிப் பேசுகிறது. நண்பர் இளங்கோவனும் நானும் சேர்ந்து ஒரு காலத்தில் தமிழ் எழுத்திற்கென ஒரு கிறுவ இலக்கணம் *(Tamil script grammar)* உருவாக்க முயன்ற போது, இந்தப் பகுதியை அவர் எழுதினார். மிகச் சிறப்பாய் அமைந்த அக்கட்டுரை பல்வேறு நிருவாகக் காரணங்களால், அப்போதே தனி நூல் வடிவம் பெறாது போயிற்று. இப்போது வேறொரு முயற்சியில் அது நடப்பது கண்டு பெருமகிழ்ச்சி கொள்கிறேன்,

பொதுவாய் எந்த எழுத்து சார்ந்த கட்டுரையையும் நண்பர் இளங்கோவன் தனக்கே உரிய ஏரணத் தெளிவோடுதான் அணுகுவார் அதுவே நம் வாசிப்பை மிக எளிதாக்கும். (தமிழ் எழுத்துக்களின் வரலாற்று வடிவம் பற்றி ஏற்கனவே ஒரு கட்டுரை அல்லது குறுநூலை அவர் எழுதியிருந்தார். அதன் வீச்சு சற்று பெரியது.)

“எழுத்துருவுக்குக் கூடவா இலக்கணம் வேண்டும்?” எனச் சிலர் கேட்கலாம். என்னைக் கேட்டால், “தேவை” என்பேன். ஏனெனில், அச்சு வடிவில் இன்று வந்த, வருகிற தமிழ் எழுத்துருக்கள் பலவும்

அறித நுட்பியற் *(information technology)* சந்தையில் அடிப்படை ஒழுங்கற்று உலவுகின்றன. உரோமன் எழுத்துருச் சந்தையோடு ஒப்பிட்டால், தமிழ் எழுத்துருக்கள் என்பன எங்கோ ஓர் ஓரத்தில் தொடக்க நிலையிலே தேங்குவது கண்டு நாம் பெரிதும் சோர்ந்து போகிறோம்.

தமிழ் எழுத்துருப் பாகங்களைக் கூட நாம் முறையே வரையறுக்காது உள்ளோம். அண்டு, சுழி, வலஞ்சுரி, கண், கரம், காது, கிடைக்கோடு, மெய்ப்புள்ளி, வெளிப்புள்ளி, உட்புள்ளி, வலது / இடது புள்ளி, மேற்புள்ளி, மூக்கு, கிண்ணி, வலது / இடது நெடுங்கொடு, குறுக்கு, சாய்கோடு, தாழ்கோடு, தொங்குகோடு, வளைகோடு, வலது / இடது தோள், அடைப்பு, அடித்தானம், மேற்றானம், உயரம், எழுகை, தாழ்கை ஆகிய எத்தனையோ பாகங்களை அடையாளம் காட்ட முடியும். இவற்றைச் சரியாய் உள்வாங்காது, வெறுமே தோற்றப் பொலிவை மட்டும் பார்த்துப் படிப்போர்க்கு, நாம் படங்காட்டி வருகிறோம்.

நண்பர்களே! சற்று எண்ணிப் பாருங்கள். எழுத்துரு என்பது வெறும் படமா? ஒலிக்கான அடையாளமா? அல்லது ஒழுங்கா? அதற்கென ஓர் அழகியல் வேண்டாமா? மேற்சொன்ன பாகங்களுக்கு இடையே உலவ வேண்டிய உள்ளிசைவுகளைக் *(internal consistences)* காட்டாது ஏனோ தானோ எனத் தமிழ் எழுத்துருக்கள் நம்மிடம் அமைந்து வருகின்றனவே? தமிழ் எழுத்துருக்களின் அழகியல் பெரிதும் கலைந்து, சிதறிக் கடனுக்குத் தம் முகங்களைக் காட்டிப் "பத்தோடு பதினொன்று, அத்தோடு ஈதொன்று" என இருக்கலாமா? கொஞ்சம் முயலுங்கள் ஒருசில எழுத்துருக்கள் நம்மை ஈர்க்கின்றன. வேறு சில நமக்குச் சலிப்பைத் தருகின்றன. ஏன்?

அவற்றின் சிக்கலென்ன? எழுத்துருக்களின் தோற்றச் சிக்கல் புரிபடுவதற்கு இந்த நூல் கட்டாயம் உதவி செய்யும். இந்த நூலைச் சற்று ஆழ்ந்து படியுங்கள். குறிப்பாகத் தொடக்கப்பள்ளித் தமிழாசிரியர்கள் இதை ஆழ்ந்து படியுங்கள். தமிழ் எழுத்துருக்களிடம் உள்ளிருக்கும் இருக்கும் பாகப் பிறழ்வு ஏன், எப்படி மாறவேண்டும் என்பது கொஞ்சங் கொஞ்சமாய்ப் புரியத் தொடங்கும். இனி, அணிந்துரைக்கு வருவோம்.

எழுத்து என்பது என்ன?

பேச்சிற்கு அப்புறம், எழுதுந் தேவை நம் முன்னோருக்கு மிகப் பழங்காலத்தில் ஏற்பட்டதால் தான், படங்களில் தொடங்கி, வெவ்வேறு குத்துக்கோடுகள், கிடைக்கோடுகள், வளைவுகள் பொருந்திய பல்வேறு கிறுவங்களை மாந்தர் உருவாக்கிக் கல், ஓடு, தாழைமடல், மாழை போன்றவற்றில் கீறி நெடுங்காலம் எழுதினார். தவிர, மரப்பட்டை, ஓலை, குச்சிலத்தாள் (cellulosic paper) ஆகியவற்றில் எழுதுவதற்குக் கூட எழுத்தின் பயன்பாடு விரிந்தது. (பழங்காலத்தில் பிர்ச்சு மரப் பட்டையில் எழுதுவது வட இந்தியப் பழக்கம்.)

இவ்வளர்ச்சி, தொடர்ச்சிகளைக் கல்வெட்டு, செப்பேடு போன்ற பழம் ஆவணங்களிலும் காணலாம். (இங்கு ஓர் பட்டறிவு அவதானத்தைச் சொல்ல வேண்டும். ஒவ்வோர் எழுதுபொருளும், எழுதுகருவியும், எழுதுமுறையும் ஒருங்குறும் போது புதிது புதிதாய் நுட்பியற் சிக்கல்கள் எழலாம்.) கல், மரம், ஓடு, மாழை (Metal) போன்றவற்றில் எழுதுவதற்கும், நெகிழும் ஓலையில் எழுதுவதற்கும் இடையே நுண் வேறுபாடுகள் உண்டு.

பனையோலையின் நெட்டு வாக்கில் நார்கள் உள்ளதால், எழுத்திலமையும் கிடைக்கோடுகள் ஓலையைக் கிழித்துவிட வாய்ப்புகளுண்டு. ஓலைப் பயன்பாடு கூடக்கூட, நீண்ட புழக்கத்தில் தமிழ் எழுத்துறுப்புகளின் (குறிப்பாகக் கிடைக்கோடுகளின்) நீளங்கள் குறைந்து, குத்துக்கோடுகள் வளைந்து, தமிழின் எல்லா எழுத்துக்களும் அளவிற்கு மீறிய வளைவுகள், வட்டங்கள் எனப் பல்வேறு விந்தை உருவங்களைக் காட்டத் தொடங்கின.

இதனால் ஒருமொழி, ஈரெழுத்து என்ற சோக நிலை தமிழுக்கு வந்து சேர்ந்தது. இது மட்டும் நம்மிடையே தொடர்ந்திருந்தால், இன்று பாண்டித் தமிழ் என ஒன்றும், சோழத் தமிழ் என இன்னொன்றையும் புழங்கி நாம் இரு வேறு இனங்களாய் மாறியிருப்போம். இன்னொன்றையும் இங்கு சொல்லலாம். பொதுவாய் நுட்பியல் என்பது மொழியெழுத்துகளை மாற்றவுஞ் செய்யும்; நிலைத்து நிறுத்தவுஞ் செய்யும். பழஞ்சுவடிகளைப் படியெடுக்கையில் ஒருவர் கையெழுத்தைப் போல் இன்னொருவருக்கு அமையாததால், முந்தைச் சுவடியில் எழுதிய எழுத்து, அதுவா, இதுவா என்ற புரிதல் குழப்பம் ஒவ்வொரு எடுவிப்பிலும் (edition) உண்டு.

காட்டாக இங்கே ஒரு சிக்கலைச் சொல்கிறேன். 150 ஆண்டுகளுக்கு முன்னுள்ள சுவடியில் புள்ளி இடாது போனால், "பரணர்" என்ற பெயரில் வரும் இரண்டாம் எழுத்து, ர எனும் உயிர்மெய்யா, அல்லது கால் எனும் உயிர்மெய்த் துணைவடிவா? என்ற சிக்கல் நம்மைக் குழப்பும். இந்தச் சிக்கல் ஓலை படிப்போர் எல்லோருக்கும் தெரியும். கபிலரோடு சேர்ந்து குறிப்பிடப் படும் புலவர் ஒருவர் பரணரா? அல்லது பாணரா? தமிழ்ப் புலமையின்றி நாம் சொல்லிவிட முடியாது.

ஓலைச்சுவடிகளின் ஆயுளென்பது ஏறத்தாழ 150 ஆண்டுகள்தான். இன்று நமக்குக் கிடைத்த சங்க இலக்கியச் சுவடி தோராயமாய் 13/14 ஆம் எடுவிப்பு ஆகலாம். இற்றை எழுத்தில் நாம் படிக்கும் சங்க இலக்கியப் படிகள் எல்லாமே தாம் தோன்றிய காலத்திற்கு முந்தை எழுத்து வடிவிலேயே இருக்கும். நம்மில் யாரும் 2300 ஆண்டுகளுக்கு முன்னுள்ள பழஞ்சுவடிகளைப் பார்த்ததில்லை..

முன்னால் சொன்னது போல் எழுத்துத் திரிவால் மேலுமொரு நிகழ்வும் வரலாற்றில் தமிழுக்கு நடந்தது. வட்டார எழுதுபொருட் பயன்பாடு என்பது அந்தந்த நாடுகளின் பழக்கத்திற்கேற்ப மாறியது. அக்காலத்தில், பனையோலைகள் என்பன பெரும்பாலும் வறண்ட பாலைநிலம் மிகுந்த பாண்டிய நாட்டிலும், தென் சேரலத்திலுமே கிடைத்தன. அதே பொழுது, வட சேரல, சோழ நாடுகளில் பனையோலை கிடைக்கவே இல்லை என்று சொல்லமுடியாது. ஆனால், அங்கு ஓலைச்சுவடி என்பது அங்கு குறைந்த பயன்பாடு கொண்டதே. விழுக்காட்டு மேனியில் பார்த்தால், தென்பகுதிகளிலே தாம் பனையோலை என்பது அதிகங் கிடைத்தது.

ஓலை குறைந்தே கிடைத்த இடங்களில் இலக்கிய ஆவணங்கள் பெரும்பாலும் குறைந்தே பேணப்பட்டன. தமிழ்ச்சுவடிகள் என்பவை தென்பாண்டியிலே தான் பெரும்பாலும்கிடைத்தன. ஓலை புழங்காத இடங்களில் கல்வெட்டுகளும், செப்பேடுகளுமே மிகுந்திருந்தன. முன்சொன்னது போல் ஓலை இல்லாத எழுதுபொருட்களில் பெரிதும் உருவம் மாறாது பழந் தமிழியெழுத்து இருந்துவந்தது. ஓலை பெரிதும் பயன்பட்ட பாண்டியிலும், தென்சேரலத்திலும் ஓலையில் எழுதி எழுதி தமிழியெழுத்து கொஞ்சங் கொஞ்சமாய் வளைந்து, கோணலாய் நெளிந்து

கொண்டு, முடிவில் வட்டெழுத்தாய் மாறியது. இம் மாற்றங்கள் எல்லாம் நம் கைகள் பண்ணிய வேலைகள் தாம்.

கடுங்கோன் வழியினரைத் தோற்கடித்த விசயாலயச் சோழ வழியினர் மதுரை, கொற்கைப் பாண்டியரைக் கிட்டத்தட்ட இல்லாது ஆக்கிய நிலையில் (குறிப்பாக இராசராச சோழன் காலத்தில்) தம் ஆட்சி நன்கு செயற்பட வேண்டி, பாண்டிய நிலத்தில் புழங்கிய எழுத்தை மாற்றும் தேவை ஏற்பட்டது. வட்டெழுத்தின் அளவுமீறிய வளைவுகளால், பாண்டி நாட்டில் தமிழ் எழுத்துக்களின் தனித்தனி அடையாளங்கள் குலைந்து பொருள் புரியாது போகும் நிலையும் ஏற்பட்டது. புரியாத வட்டமென்று பொதுமக்கள் சொன்னதும் நடந்தது. வேலை மெனக்கிட்டு வட்டெழுத்தைத் திருத்தாமல், (தெளிவான புரிதலைக் கொடுக்கும்) சோழ எழுத்தையே பாண்டிய, தென் சேரல நாடுகளில் புழங்க வைக்கும் படி சோழர் ஆணையிட்டார் போலும்.

அதனால் பாண்டியிலும், சேரலத்திலும் வட்டெழுத்தின் பயன்பாடு கொஞ்சங் கொஞ்சமாய்க் குறைந்தது. தென் சேரலத்தில் மட்டும் மேல்தட்டு வருக்கங்களின் மாளிகை, அரண்மனைப் பக்கங்களில் வட்டெழுத்துப் பழக்கம் 19 ஆம் நூற்றாண்டு வரை கூட நீடித்தது. திருவனந்தபுரத்தில் அரசர் குடும்பங்களில் 19 ஆம் நூற்றாண்டு வரை வட்டெழுத்து தொடர்ந்தது.

இன்னொரு மாற்றமும் சேரலத்தில் நடந்தது, 1600 களில் வட்டெழுத்துக் குழப்பத்தைப் போக்கும் வகையிலும், அளவிற்கு மீறிய சங்கதப் புழக்கத்தை நேரியப் படுத்தும் வகையிலும், வட சேரலத்தில் புழங்கிய கிரந்தத்திலிருந்து மலையாள எழுத்து என்பது புதிதாய்க் கிளைத்தது. தென்சேரலத்திற்கும் இது விரிந்து பரவியது. தனியெழுத்துப் புழக்கத்தால் தான் மலையாளம் என்ற புது மொழி நிலை பெற்றது. சோழ எழுத்தே அங்கும் அரச ஆணையின் வலிமையால் புழங்கியிருந்தால், மலையாளம் என இன்று நாம் அழைக்கும் ஒரு தனி மொழி வெறும் வட்டாரக் கிளையாகவே நீடித்திருக்கும். ஈழ வட்டாரம் போல் சேர வட்டாரம் என்று நாம் சொல்லியிருப்போம்.

இன்னொன்றையும் இங்கு சொல்ல வேண்டும். கால், கொக்கி, சுழி, ஒற்றைக் கொம்பு, இரட்டைக் கொம்பு, கொண்டை, சுழிக்கொண்டை, சிறகு என்ற உயிர்மெய்க் கீற்றுக்கள் எல்லாமே தமிழி எழுத்து வடிவத் தொடக்கத்தில் மேலும், கீழும், பக்கவாட்டின் இரு புறமும், சற்று இழுக்கப்பட்ட கிடைக் கோடுகளின் மாற்று வடிவங்களேயாகும். பார்க்க: *"https://valavu.blogspot.com/2021/11/design-and-development-of-tamil-letters_24.html;"*

எவ்விடத்தில் இடுகிறோம்? என்பதைத் தவிர இவற்றிற்கு என எழுத்திலக்கணக் குறிப்புகள் தொல்காப்பியத்திலும் கிடையா. நன்னூலிலும் கிடையா. ஆகச் சிறுத்த, பொருட்படுத்த முடியாத, உயிர்மெய்க் கீற்றுகளை எந்தத் தமிழிலக்கணமும் இதுவரை நமக்கு விதந்து குறிப்பிட்டதே இல்லை. இவற்றின் இலக்கணம் எது? இவை எவற்றைக் குறிக்கின்றன? - என யாரும் எங்கும் பதியவில்லை. ஆயினும் எழுதுந் தேவை கருதி அற்றைத் திண்ணைப் பள்ளிகளில் "உயிர்மெய்க் குறியீடுகளை" எம் போன்றோருக்குச் சொல்லிக் கொடுத்தார். 65 ஆண்டுகளுக்கு முன் கூட என் இளமையில் அப்படித் தான் நான் கற்றேன்.

இக்கால ஒருங்குறி ஆவணங்களில் இவற்றை உயிர்க்குறியீடுகள் - *vowel markers* - என்று பிழையாய்க் குறிப்பர். "கால்" என்பதே ஆகார உயிர்க் குறியீடெனில், ஆகார உயிர்மெய்யின் கீழ்மாட்டில் வருஞ் சுழி என்பது என்ன குறியீடாம்? அதை ஒருங்குறிச் சேர்த்தியங் கண்டுகொள்ள வில்லையே? மகனை அப்பன் பெயரிலேயே அழைப்பேம் என்று அடம்பிடித்தால் எப்படி?

[தமிழிலக்கண வழிகாட்டல்களை மறுத்து தமிழெழுத்து வரிசையை "அபுகிடா" என்று தப்புந் தவறுமாய் வரையறுத்த ஒருங்குறி ஆவணத்தைப் பின்பற்றி இற்றைத் தமிழாய்வாளர் பிழைச் சொற்களைக் கையாள்வது கொஞ்சங் கொஞ்சமாய் நம் மரபைப் போக்கடிக்கும்.. ஒருங்குறிக்கு வால்பிடிப்போர் தூண்டுதலால் பலவிடங்களில் vowelized consonant markers என்பதற்கு மாறாய் vowel markers எனக் கேட்கையில் எமக்கு வருத்தமே எஞ்சுகிறது. வணிக வல்லாளுமை கொண்ட ஒருங்குறியின் போதாமையைப் பேசத் தொடங்கினால் மாளாது வேறு வழியின்றி இதைப் பொறுத்துக்கொண்டு எல்லோரும் ஆளவேண்டியுள்ளது.]

இனி, இதைத் தொடர்ந்து வேறு சில செய்திகளைப் பார்ப்போம்.

[இற்றை இகரங் கூடக் குச்சிலத் தாளால் மாறிய தோற்றமே காட்டுகிறது. 19 ஆம் நூற்றாண்டு இகரம் இன்று இருப்பதினினுஞ் சற்று மாறுபட்டது. இதைப் பேசினால் நம்மை வேறு பக்கங் கொண்டு செல்லும். என்னைக் கேட்டால் 13/14 ஆம் நூற்றாண்டு இகர வடிவிற்கு நாம் மாறினால் இற்றைத் தமிழ் அச்சு/ கணியெழுத்துகளில் இருக்கும் ஒரு குறிப்பிட்ட வகை வடிப்புச் சிக்கலைத் தீர்க்கலாம். வடிப்புக் கிறுவியலைப் பற்றியெல்லாம் பேசும் அளவிற்குத் தமிழ்க் கணிமை வந்துவிட்டதா, என்ன?) தமிழெழுத்துக்களைக் கணித்திரையில் காண்பதிலும், பேச்சிலிருந்து எழுத்து, எழுத்தில் இருந்து பேச்சு, எந்திர மொழிபெயர்ப்பு என்று சொல்வதிலும், முழங்குவதிலுமே நாம் குளிர்ந்து விடுகிறோம். அப்புறமெங்கே இதிலெல்லாங் கவனஞ் செலுத்துவோம்?]

ஒன்றை மட்டுஞ் சொல்லலாம். 350 ஆண்டுகளுக்கு முன்வந்த அச்சு நுட்பியலும், 40/50 ஆண்டுகளுக்கு முன்வந்த கணி நுட்பியலும், இவற்றின் இடையாட்டங்களும் தமிழெழுத்துகளை முழுதாக நிலை பெறச் செய்துவிட்டன. இப் புது நுட்பியல்கள் வந்ததாலேயே இனி எழுத்துச் சீர்திருத்தங்களைப் பேசுவதிற் பொருளில்லை. அன்றைக்குப் பெரியார் செய்தது ஒரு வேளை சரியாகலாம். அதற்கும் மேல், இன்றும் அவர் பெயரைச் சொல்லிச் சிறார் கல்வியைக் காரணங் காட்டி மேலும் சீர்திருத்தம் செய்யச் சொல்வது ஒருவகைப் பம்மாத்து; கொஞ்சமும் உள்ளீடில்லாத பேச்சும் கூட.

(இப்போதுங் கூடத் தமிங்கிலத்தைத் தனிமொழியாய் நிலைக்க வைக்கும் வாய்ப்பாகத் தமிழ் ஒருங்குறிக்குள் வேற்றொலி எழுத்துக்களைக் கொணரச் சிலர் விடாது முயல்கிறார். தமிழர் சற்றே கண்ணயர்ந்தாலும் மலையாளம் வேற்றம் 2.0 என்பது மீண்டும் இங்கு ஏற்பட்டு விடலாம். "ஐயையோ, சங்கதத்தைத் தான் நாங்கள் காப்பாற்றுகிறோம், தமிழுக்கும் இதற்கும் தொடர்பேயில்லை" என்று சிலர் சொல்வது கண்கட்டு வித்தை. "உள்ளொன்று வைத்துப் புறமொன்று பேசுவார் உறவு கலவாமை வேண்டும்" என்பார் வள்ளலார். நான் கிரந்தத்திற்கு எதிரியல்லன். ஆனால் தமிழுக்குள் கிரந்தம் தேவையற்று நுழைய வேண்டாம் என்பவன்.)

அதே பொழுது பல்லவ, சோழ எழுத்து 5/6 ஆம் நூற்றாண்டுகளுக்கு அப்புறம் ஓரளவு மாறாமலும் இல்லை. (கொடுமணம், பொருந்தல், அநுராதபுரம், கீழடி போன்ற ஊர்களிற் கிடைத்த தொல்லியற் செய்திகள் உறுதிப் படுகையில், “பழந்தமிழியே இந்தியாவில் முதலெழுந்த அகர வரிசை; அதிலிருந்தே வட பெருமி எழுந்திருக்கலாம்” என்ற கருத்து அண்மையில் வலுப் பெறுகிறது. இதனாற் பேரனைத் தாத்தனெனும் போக்கு மறையும். இதே போலப் பழந் தமிழியிலிருந்தே கிரந்தம் எழுந்ததெனும் புரிதலும் வலுப்படும். இதை இன்னும் விளக்கப் புகுந்தால், வேறு புலத்திற்கு இழுத்துச் செல்லும். எனவே, தமிழி> பெருமி, தமிழி> கிரந்தம் என்ற வளர்ச்சிப் போக்குகளை விவரிப்பதைத் தவிர்க்கிறேன்.)

கடந்த நூறாண்டு காலக் கல்வெட்டாய்வின் மொத்தப் பலனாய், இன்று இணையமெங்கும் சுற்றிக் கொண்டிருக்கும், *History of Tamil Script* என்ற படம் தமிழி> பல்லவ> சோழ எழுத்தில் ஏற்பட்ட வெவ்வேறு உயிர், மெய்த் திரிவுகளை நமக்கு இனங்காட்டும். வெவ்வேறு எழுத்துக்கள் எக்கால கட்டத்தில் இற்றை வடிவத்திற்கு வந்து சேர்ந்தன என்பதைச் சற்று ஆழ ஆய்ந்தால் மேலுஞ் சில உண்மைகள் புலப்படும்.

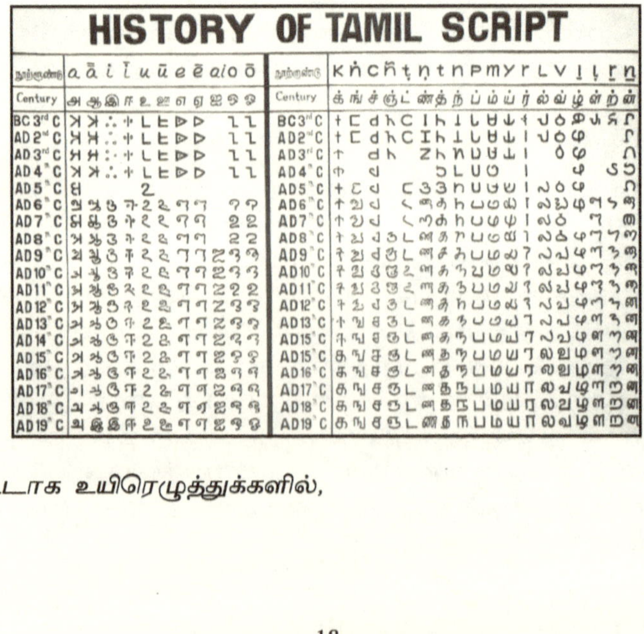

காட்டாக உயிரெழுத்துக்களில்,

அ என்பது 8 ஆம் நூற்றாண்டிலேயே இற்றை வடிவத்திற்கு அருகில் வந்துசேர்ந்து விட்டது. ஆ என்பது 13 ஆம் நூற்றாண்டில் இற்றை வடிவம் பெற்றுவிட்டது. இ என்பது 12/13 ஆம் நூற்றாண்டில் நிலைத்த உருவம் பெற்று அச்சுத் தொழில் காரணமாய் 19 ஆம் நூற்றாண்டில் சட்டென இற்றை உருவம் பெற்றுள்ளது. அதாவது நிலைத்த உருவம் சட்டென மாறிப் போனது. உருவத்தில் பெரிதும் மொக்கையான ஓரெழுத்து வந்து சேர்ந்ததால் இன்று அச்சு வடிப்பில் சிக்கலே தருகிறது. 19 ஆம் நூற்றாண்டு வடிவம் பாந்தமாய், அச்சு வரிகளில் உட்காந்து கொள்ளும். இற்றை எழுத்துச் சீர்திருத்தர் இது பற்றிப் பேசவே காணோம்.

ஈ என்பது 12 ஆம் நூற்றாண்டில் இற்றையுருவங் கொண்டது. உ-வும் ஊ-வும், எ-யும் 5/6 ஆம் நூற்றாண்டுகளில், இற்றையுருவம் பெற்றுவிட்டன. ஐ-யும் குறில் ஒ-வும் 9 ஆம் நூற்றாண்டில் இற்றையுருவம் பெற்றன. ஏ, ஓ, என்பன வீரமாமுனிவருக்கு அப்புறம் இற்றை வடிவம் பெற்றன. ஔ என்ற எழுத்து 18/19 ஆம் நூற்றாண்டுகளில் அச்சுவடிவம் வந்தபிறகே இற்றை உருவம் பெற்றது.

மெய்யெழுத்துக்களை எடுத்துக்கொண்டால், ப் என்ற எழுத்து 3 ஆம் நூற்றாண்டிலும் (பழந்தமிழியின் வளைவு ப் - ற்கும் இற்றைச் சதுர ப் - ற்கும் பெரிதாய் வேறுபாடு கிடையாது), ல், ள், ன் என்பன 6 ஆம் நூற்றாண்டிலும், ட், ண், ம், வ் ஆகிய எழுத்துக்கள் 8/9 ஆம் நூற்றாண்டுகளிலும், க், ங், ச், ஞ், த், ந், ய், ர், ற் என்பன 8/9 ஆம் நூற்றாண்டுகளில் ஓரளவு மாற்றம் பெற்று, முற்று முழுதாக 13/14 ஆம் நூற்றாண்டுகளிலும் நிலைபெற்றுள்ளன. ழகரம் மட்டும் 17 நூற்றாண்டு தான் இற்றை வடிவம் பெற்றது. இதுவும் ஒருவேளை அச்சுத் தொழிலால் பெற்ற மாற்றமோ, என்னவோ? சொல்லத் தெரியவில்லை.

8/9 ஆம் நூற்றாண்டுகளில்தான் விசயாலயச் சோழராட்சி ஊன்றிப் பல்வேறு கல்வெட்டுகளை எழுப்பி. தமிழ் எழுத்தின் செந்தரத்தைக் கட்டிக் காக்கத் தொடங்கியது. இக் கொடிவழியினரின் ஆட்சி 13 ஆம் நூற்றாண்டில் இறுதி பெற்றது. இவருக்குப் பின் வந்த பிற்காலப் பாண்டியர் மீண்டும் வட்டெழுத்துக் குழப்பத்திற்குள் போகாது சோழர் எழுத்திலேயே தம் புதிய கல்வெட்டுக்களை ஏற்படுத்தினர். கிட்டத் தட்ட 15 ஆம் நூற்றாண்டே பிற்காலப்

பாண்டியர் ஆட்சி முடிவிற்கு வந்தது. அவருக்கு அப்புறம் வந்த அரசர் எல்லாம் செந்தரப்பட்ட எழுத்தையே பயன்படுத்தியுள்ளார். 16 ஆம் நூற்றாண்டு முடிவில் அச்சுத் தொழில் தமிழெழுத்தை நிலைப்படுத்தியது. சோழரின் கல்வெட்டுப் பயன்பாடே இற்றைத் தமிழெழுத்தை உறுதிப்படுத்தியது.

இனி, உள்ளே இளங்கோவனின் நூலைப் படியுங்கள். அருமையான, கணிநுட்பத் தேவையை உணர்ந்த ஒரு நுட்பியலார் அதைப் பேசுகிறார். தமிழ் எழுத்தொழுங்கு என்பது தமிழ்மொழிக்குத் தேவை. அது புரிய, "வரலாறு முக்கியம், அமைச்சரே!" அதனால், அணிந்துரைத்தேன்.

முனைவர் இராம.கி,
(முனைவர் கிருட்டிணன் இராமசாமி),
Former Project Director - SPIC Petro Chemicals,
தமிழறிஞர், வேர்ச்சொல் ஆய்வாளர், பொறியாளர்,
தமிழ்க்கணிமை வல்லுநர்.

அணிந்துரை

மனித இயற்கைமொழிகள் அனைத்திலும் அமைப்பு, பயன்பாடு இரண்டிலும் தெளிவான ஒழுங்கு உண்டு. ஒவ்வொரு மொழியும் தனக்கென்று ஒரு கட்டமைப்பைக் கொண்டிருக்கிறது. சொல் அமைப்பிலும் சரி, இலக்கண அமைப்பிலும் சரி, மேற்குறிப்பிட்ட ஒழுங்கு இருப்பதால்தான் ஒரு குறிப்பிட்ட மொழியைப் பேசுபவர்கள் இடையில் கருத்துப் புரிதல் ஏற்படுகிறது. மனித உடலில் என்ன என்ன உறுப்புகள் இருக்கின்றன, எங்கே எங்கே இருக்கின்றன, எந்த அளவுகளில் இருக்கின்றன என்பது பற்றிய அறிவியலே மருத்துவ உடலியல். அதுபோன்றே ஒரு குறிப்பிட்ட மொழியின் உறுப்புகளிலும் அவற்றின் செயல்பாடுகளிலும் நீடிக்கிற ஒழுங்கமைவுபற்றி இலக்கண ஆசிரியர்கள் முன்வைக்கிற மொழி அறிவியலே இலக்கணவியல்.

தமிழ்மொழியைப் பொறுத்தவரையில் பொருள் வேறுபாட்டுக்கு அடிப்படையான ஒலியன்கள் *(Phonemes)* எவை, அவற்றின் பிறப்பாக்கம் *(Articulation)* என்ன, அவை எவ்வாறு சொற்களில் இணைந்து பயின்றுவருகின்றன *(Clusters)* என்பவைபற்றியெல்லாம் எழுத்ததிகாரத்திலும் *(Phonology)* சொல், தொடர் அமைப்புகள் பற்றியெல்லாம் சொல்லதிகாரத்திலும் *(Morphology and Syntax)* தொல்காப்பியர், நன்னூலார் போன்றோரால் விளக்கப்பட்டுள்ளன. ஆனால் ஒலியன்களை வரிவடிவத்தில் *(Graphemes)* வெளிப்படுத்தும்போது, வரிவடிவ ஒழுங்கு எவ்வாறு அமைந்துள்ளது என்பதுபற்றித் தெளிவான, விரிவான

விளக்கங்களை இலக்கணநூல்களில் பார்க்கமுடியாது. 'புள்ளி' என்னும் ஒரு கலைச்சொல்லைமட்டுமே இலக்கணங்களில் பார்க்கிறோம். மற்றபடி, தமிழ் ஒலியன்களுக்கான எழுத்து வடிவங்கள், அவற்றின் அமைப்பு ஒழுங்குபற்றித் தெளிவான விளக்கங்கள் இலக்கணங்களில் கூறப்படவில்லை. இருப்பினும் தமிழ்மொழிக்கு மிகத் தொன்மைக் காலத்திலிருந்தே வரி வடிவங்கள் நீடித்தன என்பதைக் கல்வெட்டுகள், ஓலைச்சுவடிகள்மூலம் அறிகிறோம். ஒருவர் பேசும்போது ஒரு குறிப்பிட்ட தமிழ் ஒலியை எவ்வாறு வெளிப்படுத்தவேண்டும், என்ன வகையான முயற்சிகளை மேற்கொள்ளவேண்டும் என்பதுபற்றிப் 'பிறப்பியலில் *(Articulatory Phonetics)*' தெளிவாகக் கூறப்பட்டுள்ளன. ஆனால் அவற்றை வெளிப்படுத்தும் உயிர், மெய், உயிர்மெய் ஒலியன்களின் வரிவடிவங்கள்பற்றி விவரங்கள் இலக்கணநூல்களில் கூறப்படவில்லை.

ஒருவர் மற்றவரிடம் பேசும்போது குறிப்பிட்ட தமிழ் ஒலியனைக் குறிப்பிட்ட பிறப்பியல் கூறுகளின் அடிப்படையில் பலுக்கவில்லையென்றால், அவர் வெளிப்படுத்த முனையும் கருத்து கேட்பவருக்குப் போய்ச் சேராது. அதுபோன்றதுதான் எழுத்துவடிவில் ஒருவர் குறிப்பிட்ட ஒலிக்கான குறிப்பிட்ட வடிவத்தைப் பயன்படுத்துவதும் ஆகும். இல்லையென்றால் கூற வந்த கருத்து வாசிப்பவருக்குப் போய்ச்சேராது. உயிர் ஒலியன்களின் முதன்மை வடிவங்கள் *(Primary Graphemes)*, துணைவடிவங்கள் *(Allographs)*, மெய் வடிவங்கள்*(Consonant Graphemes)*, உயிர்மெய் வடிவங்கள் *(Graphemes of Syllables)* ஆகியவைபற்றித் தெளிவு அனைவருக்கும் தேவை. கணினி உலகில் உருவாக்கப்படும் எழுத்துருக்களுக்கும் *(Fonts)* அமைப்புக் கட்டுப்பாடுகள் உண்டு. அழகியலுக்காக இக்கட்டுப்பாடுகள் மீறப்பட்டால் வாசிப்பவருக்குக் குழப்பமே மிஞ்சும்.

இந்த நோக்கில் ஒரு மொழியின் வரிவடிவ அமைப்பு, கட்டுப்பாடுபற்றிப் பேசுகிற ஒரு துறையே வரி வடிவ இலக்கணம் *(Script Grammar)* ஆகும். தமிழ் உணர்வாளர் நண்பர் திரு. நாக. இளங்கோவன் அவர்கள் கணினியியல் துறையில் வல்லுநர்; அதேவேளையில் தமிழ் இலக்கியம், இலக்கணம் இரண்டிலும் ஆழ்ந்த புலமை உடையவர். அச்சு நூல்கள்,

கணினிக் கோப்புகளில் இடம்பெறுகிற எழுத்துகள், எழுத்துருக்கள் ஆகியவற்றில் தமிழ் வரிவடிவ ஒழுங்கு எவ்வாறு அமையவேண்டும் என்பதுபற்றி ஒரு மிகப் பெரிய தெளிவான இலக்கணத்தையே அவர் உருவாக்கியுள்ளது பாராட்டுக்குரிய ஒன்றாகும். தமிழ் எழுத்துகளின் பாகங்கள் என்ன, அவற்றின் அளவுகள் என்ன, அவை எவ்வாறு குறிப்பிட்ட அளவில் ஒரு எழுத்தில் இணைகின்றன என்பதுபற்றியெல்லாம் ஒரு மிகப் பெரிய ஆய்வையே நூலாசிரியர் மேற்கொண்டுள்ளார். தமிழ்மொழியின் எழுத்தொழுங்கு *(Script Grammar)* பற்றிய தெளிவான, முழுமையான, முதல் ஆய்வுநூலாக இது அமைந்துள்ளது பாராட்டுக்குரியது.

தமிழ் ஆய்வுலகில் பாராட்டவேண்டிய ஒரு புது முயற்சி இது. பள்ளிமுதல் கல்லூரிவரை இந்த நூலின் கருத்துகள் சென்றடையவேண்டும். தமிழ் இலக்கணப் பாடங்களில் நூலாசிரியர் நாக. இளங்கோவன் அவர்கள் முன்வைத்துள்ள எழுத்தொழுங்கு அடிப்படைகள் இணைக்கப்பட்டு, கற்றுக்கொடுக்கப்படவேண்டும். தமிழ் ஆர்வலர்கள், தமிழ் மாணவர்கள், ஆய்வாளர்கள், ஆசிரியர்கள் இடையில் இந்த நூல் பரவலாகச் சென்றடையவேண்டும். கணினிக்கான தமிழ் எழுத்துருக்களை உருவாக்கும் தொழில்நுட்ப வல்லுநர்களின் கரங்களிலும் இந்நூல் தவழவேண்டும். தமிழ் ஆய்வுலகில் தமிழ் வரிவடிவ ஒழுங்கமைவு பற்றிய முதல் நூலாகிய இந்நூல் பரவலாகச் சென்றடையவேண்டும்.

தமிழ் உலகிற்கு மிகவும் தேவையான இந்நூலை உருவாக்கி அளித்துள்ள ஆசிரியர் திரு. நாக. இளங்கோவன் அவர்களுக்கு எனது பாராட்டும் வாழ்த்தும்!

பேரா. ந. தெய்வசுந்தரம்,
முன்னாள் தலைவர்,
தமிழ்மொழித்துறை & மொழியியல் துறை,
சென்னைப் பல்கலைக்கழகம்.

ஆய்வுரை

நண்பர், அன்பர், தமிழ் ஆர்வலர் பொறியியலாளர் திரு நாக.இளங்கோவன் அவர்கள் எழுதிய அருமையான தமிழ் எழுத்தொழுங்கு *(Anatomy Of Tamil Script)* ஆய்வுப் புத்தகத்துக்கு ஆய்வுரை எழுதுவதில், மகிழ்ச்சியும் பெருமையும் அடைகின்றேன்.

அவர் ஒரு பொறியியலாளர் என்பதால் அவர்களுக்கே உரித்தான குணம் எப்பொழுதும் *Set Squares* அளவுக் கருவிகளுடனேயே எதையும் அளப்பதும், வரைவதும் ஆகும். அதனால் தமிழ் எழுத்துகள் ஒவ்வொன்றுக்கும் 1) அளவு 2) எல்லை 3) பாகம் *(Parts)* எனப் பிரித்து 4) ஒரு தரத்தில் *(Standard)* அமைக்க வேண்டும் என்பதற்காக 5) கோட்டொழுங்கு *(Axis Discipline)* முறையில் எழுத்துக்கள் சிதையாமல் எழுத ஆறு கோட்டொழுங்கைத் தன் ஆய்வில் சிபாரிசு செய்கிறார்.

ஓர் எழுத்துக்குக் குறைந்தது 2 பாகங்கள் (ட) இருக்கும் என்றும், பொதுவாகத் தமிழ் எழுத்துகளில் 17 வகைப் பாகங்கள் உண்டு என்றும், மேலும் 8 குறிப்பிட்ட பெயர்களும் என 25 பெயர்களைக் கொடுத்து எழுதும் முறைக்கு இலகு வழி அமைக்கின்றார். புத்தகம் தமிழ், ஆங்கிலம் என்ற இருமொழி நூலாக *(Bilingual)* வெளியிடப்படுவதால் தமிழ் தெரியாதவர்களும் படித்துப் பயன் பெறக்கூடியதாக இருப்பது சிறப்பான அம்சம் ஆகும்.

அறுகோட்டொழுங்கில் :

1) உயிர் எழுத்துகளை எழுதும் முறை

2) ஆய்தம் எழுதும் முறை

3) மெய் எழுத்துகளை எழுதும் முறை

4) உயிர்மெய் எழுத்துகளை எழுதும் முறை

(இதைமேலும் 12 பகுதிகளாகப் பிரித்து அ-ஔ வரிசை என)

என்று அனைத்து எழுத்துகளும் எங்கே தொடங்கி எங்கே முடிய வேண்டும் என்பதை விளக்கி, மெய்ப்புள்ளி எங்கு வைக்க வேண்டும் ட கரத்தில் நெடுங்கோடு, கிடைக்கோடு இவற்றின் வீதம் (Ratio) என்ன என்பதில் இருந்து தமிழ் எழுத்து எழுதுவதைப்பற்றித் துல்லியமான, நுண்ணிய தரவுகளைக் கொடுத்து (very minute and micro details) எழுதும் முறைக்கு ஒரு கட்டுப்பாடு (Standard) உருவாக்கி, எழுத்துகளின் உள்ளமைப்பை (Anatomy) விளக்கி எழுத்துகளை வைத்து ஓர் ஆய்வு (Thesis) மேற்கொண்டு படைத்த இந்தப் புத்தகம் எழுத்து அறிவிக்கும் ஆசிரியர்கள் ஒவ்வொருவரும் படிக்க வேண்டிய, கையில் இருக்க வேண்டிய சிறந்த ஒரு வழிகாட்டிப் புத்தகம் (Guideline) என்பதில் ஐயமில்லை.

திரு. நாக. இளங்கோவனின் சிந்தனையில் தமிழ் எழுத்துகள் சிதையாமல் இருக்க ஒரு கட்டமைப்பு வேண்டும் என்ற சிந்தனை உதித்தது தமிழுக்குப் புதியதும் பாராட்டத்தக்கதும் ஆகும்.

தமிழைத் தமிழ் அறிஞர்கள் மட்டும் ஆய்வு செய்வது போதாது. இவர் போல் வேறு துறைகளில் உள்ளவர்களும் தமிழை ஆய்ந்து புதுப்புது பரிமாணங்களை எடுத்து வரல் வேண்டும்.

திருக்குறள் ஏன் ஏழு சீர்களால், சொற்களால் ஆனது? சூரிய ஒளியில் ஏழு நிறம் VIBGYOR விஞ்ஞானத்துடன் குறளைத் தொடர்புபடுத்த முடியும். புதுப் பார்வை விளக்கங்கள் தேவை.

திரு. நாக. இளங்கோவனின் இந்த முயற்சிக்கும் அவரது சேவை தொடரவும் வாழ்த்துகளும் பாராட்டுகளும். நன்றி.

இந்திரா சிவா.
கணக்காயர்,
Toronto, Canada.
(ஈழத்தறிஞர் ந.சி. கந்தையாபிள்ளையின் பெயர்த்தி)

பயனர் உரை

ஆறு கால் பாய்ச்சலில் தமிழ் எழுத்துகள்

"ஒழுக்கம் விழுப்பம் தரலான்" என்பது திருக்குறள். விரும்பியது எல்லாவற்றையும் பெற ஒழுங்கு தேவை. இது வள்ளுவர் வாக்கு. நெறியை, வழிமுறையை தொடர்வது ஒழுக்கம் எனில், எது சரியான, ஒழுங்கான எழுத்துமுறை என்ற சிந்தனை எழுவது இயல்பு.

இந்தச் சூழலில், தமிழ் எழுத்துகள், குறியீடுகள், சித்திரம், சித்திரக்குறியீடுடைய எழுத்துகள் போன்றவற்றை கற்கள், உலோகம், பானைகள், ஓலைகள், தாள்கள், கணினி போன்ற பொருள்களின் மீது எழுதி, நமது தமிழன்னை பலவற்றைக் கடந்து தனது பயணத்தைத் தொடர்ந்து கொண்டே இருக்கிறாள்.

"ட" எனும் எழுத்தில் இருபுறமும் ஒரே அளவா? அல்லது 1:1.2 என வரைவதா? ஆங்கிலத்திலும் "L" வடிவம் எல் எனும் உச்சரிப்பில் இருக்கிறதே? அதுவும் தமிழில் உள்ள "ட" வும் ஒரே வடிவமா? இரண்டுக்கும் வேறுபாடு என்ன? "அ" னாவில் காது போட்டால் "ஆ" வன்னா வரும். ஆனால் காதின் வடிவம் என்ன? எந்த இடத்தில் இருந்து அந்தக் காதை வரைவது? எப்படி அதை முடிப்பது? அதற்கு ஓர் ஒழுங்கு நெறிமுறை, வழிகாட்டல் உள்ளதா எனும் வினா தமிழ் மேல் நேசம் உள்ளவர்களுக்கு அடிப்படையாகத் தொக்கி நிற்பதே!

இருப்பினும், எழுத்துரு எனும் font என்பது புத்தாக்கம் (creativity) சம்பந்தப்பட்டதும் அல்லவா? ஆம். அழகாக மாற்ற, இலகுவாக இருக்க, இணைந்து செல்ல, ஒவ்வொரு தனிமனித இயல்புக்கு நெருக்கமாக என பல காரணங்களுக்காவும், கணினி உகத்தில், செயற்கை நுண்ணறிவுகள் தாமாக உருவாக்கும் இந்தக் காலத்தில், எதாவது ஒரு வரைமுறை, நெறிமுறை (Basic standards or Guidelines for fonts) வேண்டுமல்லவா?

இங்கே இரண்டு தேவைகள் உள்ளன!

புத்தாக்கத்தின் தேவை மற்றும் அடிப்படை நெறிவகை. அடிப்படையை அறிந்துகொண்டு - அதனூடே புத்தாக்கம் வரட்டும்; தமிழ் எழுத்துகளை அடுத்த நிலைக்கு எடுத்துச்செல்லட்டும்.

அன்புச் சகோதரர் திரு. இளங்கோவன் அவர்கள், அடிப்படைக்கான வரையறையை நமது கரங்களில் தவழ விட்டு உள்ளார். எங்களது ஜெம்ஸ் பள்ளி மற்றும் தமிழினி (படிநிலை சார்ந்த புத்தகம்) பயன்படுத்தும் 5000+ மாணவர்களின் பொத்தகங்களில் எழுத்துப் பயிற்சி 6 வரிப் பயிற்சி உட்பட இந்நூலைத் தழுவி வடிவமைக்கப்பட்டுள்ளது.

அன்னைத் தமிழ் சார்ந்த அற்புத வரையறையை இருகரத்தால் வாங்கிக்கொள்வோம்; வரவேற்போம்; வாழ்த்துவோம். ஆறு வரிகளில் அன்னைத் தமிழ் - உங்கள் அரவணைப்புக்காக!

சீ. ந. இராஜா.
SN Raja, Chairman,
JEMS Matriculation School,
Mettur Dam.

நூலாசிரியர் உரை

குழந்தையாகவோ பெரியவராகவோ இருக்கட்டும்; அவருக்குத் தமிழ் எழுத்துப் பயிற்சி தரும்போது, கோட்டை இப்படி நீட்டு, கீழே இழு, மேலே வளை, வலப்பக்கம் கொஞ்சம் சின்னதா என இப்படித்தான் பயிற்றுவிப்பதைப் பார்த்திருக்கிறேன். எனக்கும் அப்படித்தான் சொல்லிக்கொடுத்தனர். பிற்காலத்தில் எழுத்துரு *(fonts)* ஆக்கும் கலைகள், குறியேற்றங்கள் *(encodings)* போன்றவற்றை அறிய முற்பட்ட போதுதான் மேனாட்டினர் எழுத்துகளைப் பொறியியல் அடிப்படையில் பாகங்களாக எப்படிப் பிரிக்கிறார்கள் என்று எனக்குத் தெரியவந்தது.

உரோமன், அரபி, இந்தி போன்ற மொழிகளின் எழுத்துகளுக்குப் பாகங்களை அழகுறக் குறிப்பிட்டு உரையாட முடியும் போது, தமிழ் எழுத்துகளுக்கு அந்தச் சூழல் என் கண்களில் பட்டதில்லை. தமிழ் எழுத்துகளுக்கு முறையான, பொறியியல் அடிப்படை கொண்ட பாகங்கள் இருந்தால், அதைக் குறிப்பிட்டு அழகாக உரையாட முடியுமே? மேலே, கீழே என்றெல்லாம் குத்துமதிப்பாகப் பேசாமல், இன்ன பாகத்தை இப்படி வளை, நீட்டு என்று தெளிவுற உரையாட முடியுமே என்று தோன்றியது. "எழுத்துக்கு உட்பாகங்கள் உண்டு; ஒன்று அல்லது ஒன்றுக்கு மேற்பட்ட பாகங்கள் சேர்ந்ததுதான் எழுத்து" *(A letter is an assembly of subcomponents)* என்ற இந்தப் புரிதல், இந்த நூல் வழியாக, தமிழின் எழுத்துகளைப் பாகங்களாகப் பிரித்து அவற்றிற்குப் பெயரிட வைத்தது.

ஓலைச்சுவடிகளைப் படித்தபோதும் பழைய பத்திர ஆவணங்களைப் படித்தபோதும் அவற்றை எழுதியவர்களின் கையெழுத்தின் அழகியல் என்னை ஆட்கொண்டது. அதே வேளையில், ஏன் எழுத்தை ஆங்காங்கே ஓரிரு அங்குலத்திற்கு நீட்டுகிறார்கள் என்ற

கேள்வியும் எழவே செய்தது. இன்றைக்கும் கூட தாள்களில், சுவரொட்டிகளில், சுவர்களில் தீட்டப்படும் எழுத்துகள் ஓவியர்களின் எண்ணற்ற அழகியல் திறங்களைக் காட்டுகின்றன. அழகியல், கைவாகு, திறமை என்ற காரணங்கள் இருந்தாலும், ஒவ்வொரு எழுத்தின் திட்டமான அளவு என்னவாக இருக்கும் என்றும் சிந்திக்க வைத்தன என்றால் மிகையன்று.

இந்தி, சங்கத எழுத்துகளை உலக முழுவதும் யாரும் தவறாக எழுதவோ, மாற்றவோ மாட்டார்கள். ஆனால், தமிழ்நாட்டில் தமிழ் எழுத்துகளை நாளேடுகளே, வார இதழ்களே தவறாக எழுதினாலும் கேட்பாரில்லை என்று எண்ணும்போது காரணம் புரிவதில்லை. அழகியல் குற்றமில்லை. ஆனால், எழுத்தின் அடிப்படை வடிவத்தையே மாற்றிவிடுவதைக் காணமுடிகிறது. கணிமயமான இக்காலத்தில் பல எழுத்துருக்கள் பிழையாக உருவாக்கப் படுகின்றன. எழுத்துரு அழகாக இருப்பது நன்று. ஆனால், வடிவப் பிழைகளைக் காணும்போது வருத்தமாக உள்ளது. ஒருவேளை எழுத்தின் அடிப்படையைப் பாதுகாக்கும் வழிகாட்டுதல் *(guidelines)*, தரப்பாடு *(standard)*, கட்டுப்பாடு *(control)* போன்றவை இருந்தால் பல துறையினரும் பிழைநீக்கி எழுத உதவும் என்ற சிந்தனையும் இந்நூல் தோன்றக் காரணமாயிற்று.

தமிழ் எழுத்துப் பயிற்சிக்கு இரண்டு கோடுகள், நான்கு கோடுகள் கொண்ட குறிப்பேட்டினைப் பிள்ளைகள் பயன்படுத்துகின்றன. ஆங்கில உரோமன் எழுத்துக்கும் தமிழ் எழுத்துக்கும் நான்கு கோட்டுக் குறிப்பேட்டினைப் பயன்படுத்துவதைக் காணமுடியும். அடிப்படையில் ஆங்கிலத் தாக்கத்தினால் இப்படி வலிந்து நான்கு கோட்டொழுங்கை தமிழுக்கும் திணிக்கிறோமோ என்று நான் கருதியதுண்டு. ஆங்கிலத்துக்கு நான்கு கோட்டொழுங்கு துல்லியமாக எழுத உதவலாம். ஆனால் தமிழுக்கு உதவாது என்பதை எனது ஆய்வில் கண்டேன். ஆறு கோட்டொழுங்கிலே தமிழ் எழுத்துப் பயிற்சி செய்கையில் துல்லியமாக, பிழையின்றி எழுத முடிவதைக் கண்டேன். அதையே இந்நூலில் பரிந்துரையாக்குகிறேன். எனக்கு மூத்த தலைமுறையினரை உசாவும் போது அவர்கள் ஆறு கோட்டொழுங்கைப் பயன்படுத்தி தமிழ் எழுத்துகளை எழுதியதாகவும் சொல்கிறார். அப்படி என்றால் இந்நூல் வழி அதனை மீட்பதாக அமையக்கூடும்.

தமிழ் இலக்கியம், தமிழ்க்கணிமை ஆகிய இரு துறைகளிலும் தன்னார்வம் கொண்டிருந்த எனக்கு, தமிழ்க் கணிமை சார்ந்த பணிகளில் பங்களிப்பு செய்ய வாய்ப்பமைந்தது. தமிழ் ஒருங்குறியில் தமிழ் எழுத்துகளில் தெலுங்கு, நுத்தா ஆகியவற்றால் ஏற்பட்ட சிக்கல்கள், பழந்தமிழ்க் குறியீடுகளில் ஏற்பட்ட சிக்கல்கள், இச்சிக்கல்களுக்கான தீர்வுகளுக்குப் பங்களிப்பு, தமிழ் எழுத்து வடிவ மாற்றம் செய்ய நிகழ்ந்த முயற்சிகளைத் தவிர்க்கச் செய்த ஆய்வு, எனது தமிழ்-உரோமன் இயலுமை எழுத்துறவு ஆய்வு, தமிழ் எழுத்துப் பெயர்ப்பு ஆய்வுகளில் பங்கேற்பு போன்றவற்றில் கிடைத்த பட்டறிவுகள் தமிழ் எழுத்தொழுங்கு என்ற இந்நூல் உருவாகத் துணைபுரிந்தன என்றால் மிகையல்ல.

இந்த நூலை எழுத நான் பயன்படுத்தியிருக்கும் எழுத்துரு, நான் பரிந்துரை செய்திருக்கும் எழுத்தின் அளவுகளைப் பல இடங்களில் தராமல் மீறி இருப்பதைக் காண்பீர்கள். வேறுபாடுகள் இருப்பதை உணர்வீர்கள். நூல் பரிந்துரைக்கும் தரப்பாடுகளுக்கு, இந்த எழுத்துருவில் இருக்கும் பிழைகளும் ஒரு காரணம். காட்டாக, ர், ரி என்ற இவ் எழுத்துகளை நோக்குக. பள்ளிப் பொத்தக வடிவமைப்பாளர்களும், எழுத்துரு ஆக்குநர்களும், பொத்தக வெளியீட்டாளரும், ஏடுகள் இதழ்களின் ஆசிரியர்களும் கவனத்தில் கொள்ளவேண்டிய செய்திகள் இந்நூலில் உள.

இந்த நூல் பரிந்துரைக்கும் எழுத்தின் அளவு, எல்லை, பாகம், அச்சு உள்ளிட்ட தரப்பாடுகளைக் கொண்ட எழுத்துரு *(font)* தற்போது இல்லை. புதிதாக உருவாக்கப்பட வேண்டும். ஆறுகோட்டு ஒழுங்கில் பாகங்களோடு, அளவு, எல்லை ஆகியவற்றொடு நூலில் படங்களின் வழியே எழுதப்பட்டிருக்கும் எழுத்தே நூல் பரிந்துரைக்கும் எழுத்தாகும். இந்தப் படத்தில் உள்ள எழுத்தை விவரிக்கும் உரையில் உள்ள எழுத்தானது பரிந்துரை எழுத்தோடு நுண்ணியமாக வேறுபடும். ஆகவே அருள் கூர்ந்து இந்த வேறுபாட்டைப் பிழை எனக் கருத வேண்டா. நூல் பயன்படுத்தும் எழுத்துருவில் *(font)* உள்ள எழுத்துக்கும் நூல் பரிந்துரை செய்யும் எழுத்துக்கும் உள்ள வேறுபாடே அது.

எனது எழுத்துகளுக்கும் தமிழுக்கும் கடந்த 29 ஆண்டுகளாக ஆசிரியராக வழிகாட்டியாக இருக்கும் பல்துறை அறிஞரும் தலைசிறந்த வேர்ச்சொல் ஆய்வாளரும் ஆன பொறியாளர்

முனைவர் இராம.கி ஐயாவின் அணிந்துரை எனக்குப் பெருமை தருகிறது. அந்த அணிந்துரையை கிட்டற்கரிய தமிழ் எழுத்து வரலாறாகவே ஐயா பதிவு செய்திருக்கிறார். இந்நூலில் சிறகுக் குறியீட்டின் மூலவடிவை மீட்க அவர்தம் வழிகாட்டல்தான் எனக்குத் துணையாயிருந்தது. அவருக்கு எனது நெஞ்சார்ந்த நன்றி.

மொழியியல் துறையிலும் தமிழிலக்கணத்திலும் கரைகண்டு "மென்தமிழ் - தமிழ்ச்சொல்லாளர்" என்ற உயர்ந்த தமிழ்ச் சொவ்வறையை *(software)* தமிழுக்குத் தந்த பேராசிரியர் முனைவர் தெய்வசுந்தரம் ஐயா அவர்களின் அணிந்துரை எனக்குப் பெருமை தருகிறது. இந்தியாவின் விரல்விட்டு எண்ணக்கூடிய தலைசிறந்த மொழியியல் அறிஞர்களில் ஐயாவும் ஒருவர். அவருக்கு எனது நெஞ்சார்ந்த நன்றி.

ஈழத்துத் தமிழறிஞரும், சுமார் 30 இற்கும் மேற்பட்ட நூல்களின் ஆசிரியருமான காலஞ்சென்ற ஐயா ந.சி.கந்தையாபிள்ளை அவர்களின் பெயர்த்தியும், கனடா நாட்டில் கணக்காயர் *(Accounts Auditor)* ஆகப் பணிபுரியும் திருவாட்டி இந்திரா சிவா அம்மையார் அவர்களின் ஆய்வுரை எனக்குப் பெருமை தருகிறது. சங்ககால ஔவை தொடங்கி, கம்பரில் தொடர்ந்து, தற்கால இலக்கியங்கள் வரை ஆழ்ந்து கற்றவர். அவருக்கு எனது நெஞ்சார்ந்த நன்றி.

இந்நூலில் உள்ள கருத்துகளை ஆசிரியர்களின் சார்பாக ஒரு பயனராக ஆய்வுசெய்து எனக்கு ஊக்கம் தந்தொடு, தான் உருவாக்கிய "தமிழினி தமிழ்ப்பாடம்"© திட்டத்தைப் பின்பற்றும் தனது பள்ளியொடு பிற பள்ளிகளைச் சேர்ந்த சுமார் 5000 மாணவர்களுக்கும் ஆறு கோட்டொழுங்கு உள்ளிட்ட இந்நூலின் சில கருத்துகளைக் கொண்டு சேர்த்திருக்கும், மேட்டூர் JEMS பள்ளியின் நிறுவனரும் தலைவருமான பொறியாளர் திரு. சீ.ந.இராசா அவர்களின் பயனர் உரை எனக்குப் பெருமை தருகிறது. அவருக்கு எனது நெஞ்சார்ந்த நன்றி.

இந்நூலைப் பதிப்பிக்க முன்வந்த *Zero Degree Publishing* நிறுவனத்திற்கு எனது நெஞ்சார்ந்த நன்றியையும் வாழ்த்தினையும் உரித்தாக்குகிறேன்.

பள்ளிப்பிள்ளைகள், பள்ளி ஆசிரியர்கள், வரைகலை வல்லுநர், எழுத்துக்கலைஞர்கள், கணி எழுத்துரு ஆக்குநர் போன்ற பலருக்கும்

பயன் தரும் நூலாக இது அமைய வேண்டும் என்பது என்னவா. வெளிநாடு வாழ் தமிழரில் ஆங்கிலத்தை நன்கறிந்தோரும், தமிழறியாப் பிறமொழியாளரும் தமிழ் எழுத்துகளின் அடிப்படையை அறிந்து கொண்டு தமிழ் பயிலவும், பயிற்றுவிக்கவும், எழுத்துரு போன்றவற்றை உருவாக்கவும் வேண்டும் என்பதற்காக இருமொழி *(bilingual)* நூலாக இதை ஆக்கியிருக்கிறேன். இது போன்ற நூல்கள், எழுத்தொழுங்கு சார்ந்து மென்மேலும் பெருகி தமிழைக்காக்க வேண்டும் என்பதும் எனது பேரவா.

நாக. இளங்கோவன், நூலாசிரியர்,
கணிப்பொறியாளர் (பணி ஓய்வு),
அறிதியியல் வல்லுநர், தமிழ் ஆய்வாளர்.
(Information Management Expert, Tamil Researcher)

அத்தியாயம் 1. எழுத்தொழுங்கு—அறிமுகம் : Chapter 1. Anatomy of Tamil Script–Introduction

தமிழ் எழுத்துகள் எளிமையும் அழகும் நிறைந்தவை. சிலரின் கையெழுத்தில் தமிழைப் பார்க்கும்போது கண்ணில் ஒற்றிக் கொள்ளத் தோன்றும்; அது அத்தனை அழகாகக் காட்சியளிக்கும். தற்காலத்தில் கணியில் தமிழ் வந்தபின்னர் சிலர் உருவாக்கியுள்ள எழுத்துருக்களால் *(fonts)* தமிழ் பேரழகாகத் திரையில் தோன்றும். அந்த அழகைப் பள்ளிக்கூடக் குழந்தை, ஆசிரியர், கணியில் எழுத்துருக்கள் செய்யும் பொறியாளர் ஆகியோரின் கோணத்தில் பார்க்கும் போதெல்லாம் எனக்கு எழுந்த கேள்விகள் பல:

- தமிழ் எழுத்துகளின் அளவுகள் என்ன?
- ஒவ்வொரு எழுத்தின் எல்லைகள் யாவை? எங்கே தொடங்கி எப்படி முடியும்?
- தமிழ் எழுத்துக்கென்று தரப்பாடு ஏதும் உண்டா?
- எழுத்துகளின் பாகங்கள் என்ன?
- தமிழ் எழுத்துகளை எழுதச் சரியான கோட்டொழுங்கு எது?
- தமிழ் எழுத்துகளுக்குக் கட்டுப்பாடுகள் தேவையா?

இந்தக் கேள்விகளோடு உரோமன், அரபி, இந்தி உள்ளிட்ட உலகின் பல்வேறு எழுத்துரு உருவாக்கங்களை ஆய்வு செய்தபோது, தமிழ்

எழுத்துகளுக்கு மேற்கண்ட கேள்விகளுக்கு விடைதருமாப்போல ஒரு வரைவு தேவை என்பது புலப்பட்டது. எழுத்தின் அளவுகள், எல்லைகள், தரப்பாடு, பாகங்கள், கோட்டொழுங்கு போன்றவற்றை எப்படிப் புரிந்துகொள்வது என்பதை அடுத்து வரும் எடுத்துக்காட்டுகளோடு காணலாம்.

[In English]

Tamil letters are simple and beautiful. Handwriting of some people and some fonts on the computer screen make Tamil letters so attractive and pleasure to read. Whenever I looked at it from the perspectives of a school kid learning Tamil letters, Teachers teaching Tamil letters, Type designers etc., some of the questions that popped up my mind are:

- Is there any dimensions for Tamil letters?
- What are the limits and boundaries of a letter?
- Where the start and end of a letter should be?
- Is there a standard for Tamil letters?
- What are the parts or anatomy of Tamil letters?
- What is the correct axes-discipline to write a Tamil letter?
- What could be the controls for Tamil letters?

Along with these questions when I researched the western way of typeface anatomy for various scripts including Roman, Arabic, Hindi etc., I realized the need for the definitions and descriptions for the Tamil script anatomy. Tamil letter's measurements or proportions, boundaries, standards, components, axes can be understood through the discussions below with examples.

1.1 அ–எழுத்தைப் பற்றிய சிந்தனைகள் : Thoughts on letter–அ (a)

படம்-1.1 காண்க. அதில் இருக்கும் நான்கு எழுத்துகளுமே தமிழின் முதல் எழுத்தான "அ" தான். இவற்றில் எந்த "அ" வை குழந்தைக்குப் பாடப்பொத்தகத்தின் வழியே சொல்லிக்கொடுப்பது? ஒவ்வொரு "அ" வும் வடிவிலும் அழகியலிலும் வேறுபடுகின்றன அல்லவா? நான்குமே வெவ்வேறு எழுத்துருக்களால் எழுதப்பட்டவை. ஒரெழுத்து சதுர வடிவம் கொண்டிருக்கிறது. அடுத்ததன் நெடுங்கோடு நெளிந்திருக்கிறது. மூன்றாவதில் வரிகளின் (கோடுகள்) அடர்த்தி (thickness) வேறுபடுகிறது. நான்காவது எழுத்து துண்டுக்கோடுகளால் ஒரு முனையில் இணைக்கப்பட்டது போல உள்ளது. இந்த நான்கிலும் அழகியல் இருக்கிறது. ஆனால் அடிப்படை வேறுபடுவதைக் காணமுடிகிறது அல்லவா? பிள்ளைகளுக்கு இந்த நான்கையும் சொல்லித்தர முடியாது.

பிள்ளைகளுக்குச் சொல்லித்தரும் தமிழக அரசின் 2024-25 இற்கான ஒன்றாம் வகுப்புத் தமிழ்ப் பாடப்பொத்தகத்தைப் பார்த்தபோது படம்-1.2 வியப்பில் ஆழ்த்துகிறது. அப்பொத்தகத்தின் 16 ஆம் பக்கத்தில் "அ" என்ற எழுத்தை எழுதக் கற்றுத்தரப்படுகிறது. படம்-1.2 இல் "அ" என்ற எழுத்தின் உள் பாகங்களான வரி / கோடு ஒவ்வொன்றும் ஒவ்வொரு அடர்த்தியில் இருப்பது காண்க. கிடைக்கோட்டை ஓர் அடர்த்தியிலும் நெடுங்கோட்டை ஓர் அடர்த்தியிலும் வளைகோட்டை மற்றோர் அடர்த்தியிலும்

எழுதுவது சரியா? பச்சைப் பிள்ளைகளின் இளம் மனதில் தமிழைக் குழப்பி முளையிலேயே பதிய வைக்கிறோமோ என்று ஐயுற வைக்கிறது.

அதே பொத்தகத்தின் 18 ஆம் பக்கத்தில் தரப்பட்டிருக்கும் "அ" படம்-1.3, படம்-1.2 இல் இருந்து வேறுபடுவதைக் காண்க. சற்று நுண்ணியமாகக் கவனித்தால் படம்-1.3 இல் வரி/கோடுகளின் அடர்த்தி வேறுபடவில்லை என்பது ஒருபுறமிருக்க, நெடுங்கோடு மேலே நீண்டும் கீழே குறுகியும் இருப்பது காண்க. படம்-1.2 இல் நெடுங்கோடானது மேலே குறுகியும் கீழே நீண்டும் இருப்பது காண்க. ஒரே பாடப்பொத்தகத்தின் ஒரே எழுத்தை எழுதச் சொல்லித்தரும் இருவேறு பக்கங்கள் வெவ்வேறாக இருப்பது எதனால் என்று சிந்திக்க வைக்கிறது. பொத்தகம் அச்சடித்தவர் பக்கத்துக்கு ஓர் எழுத்துருவைப் பயன்படுத்துகிறாரா? அப்படியே ஆயினும் வெவ்வேறு எழுத்துருக்களுக்கு தரப்பாடு இல்லாததேன்? இளஞ்சிறார் மனதில் தமிழ் எழுத்தைச் சரியாகப் பதிய வைக்க வேண்டுமே என்ற கவலை எழுகிறது. இவ் வேறுபாடுகள் ஓர் எழுதும் அடிப்படை ஒழுங்கு என்னும் தரப்பாட்டை நோக்கி நம்மைச் சிந்திக்க வைக்கின்றன.

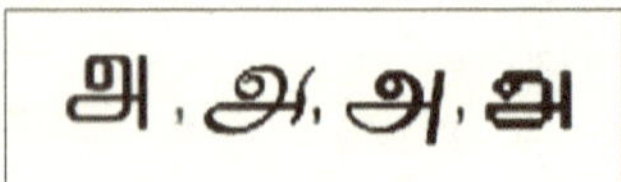

படம்-1.1 (pic-1.1)

படம்-1.2 (pic-1.2)

படம்-1.3 (pic-1.3)

[In English]

Picture 1.1 shows four different versions of the Tamil's first letter-அ (a). Which one should we teach the children learning Tamil through text book? Every அ (a) varies in shape and style due to different fonts used. One is square styled; another has its stem bent; third has its strokes in varying thickness; and the fourth is an assembly of small thick lines. They are stylish, beautiful but differ in fundamentals. So none can be taught to the kids.

Picture 1.2 refers to the Tamil text book of 1st standard published online by the Government of Tamilnadu. The 16th page of it teaches letter-அ (a). The strokes of every part of the letter varies in thickness. How can this style be taught to young kids? Page 18 of the same book has the same picture as in picture 1.3. In it the stroke thickness doesn't vary but the stem's upper part is longer than the lower part. But in picture 1.2 the upper part of the stem is shorter than the lower part. The same text book's two different pages have two different shape of the letter- அ (a). What is the reason for it? Are the fonts used by the book printer different for every page? And how can the font differ in such basic things? Teaching Tamil to children worries us indeed and guides us towards Tamil script standards and discipline.

1.2 டகர வேறுபாடுகள் : Differences found in Letter - "ட"

"ட" என்ற தமிழ் எழுத்தின் நெடுங்கோடு சில எழுத்துருக்களில் செங்குத்தாகவும், சிலவற்றில் கோணத்துடனும் படம்-1.4 இல் காட்டப்பட்டுள்ளது போல காணப்படுகிறது. தமிழ் எழுத்து "ட" இன் இயல்பு என்ன? நேரா? சாய்வா? தனிப்பட்ட முறையில் நானறிந்தவரை அது நேர்தான். ஆனால், எண்ணற்ற பலரின் எழுத்துருக்களால் எழுத்து மயக்கம் ஏற்படுகிறது. மேலே உள்ள ட-கரம் *Italics* என்ற சாய்வெழுத்து முறையில் எழுதியதல்ல.

படம்-1.5, 1.6 ஆகியன 2024-25 ஆண்டுக்கான ஒன்றாம் வகுப்புப் பாடப்பொத்தகத்தின் 40 ஆம் பக்கத்தில் எழுத்துப் பயிற்சிக்காகத் தரப்பட்டுள்ளன. படம்-1.5 இல் மெய்ப்புள்ளி ட-வுக்கு மேலே உள்ளது. படம்-1.6 இல் ட-இல் உள்ளடங்கி இருக்கிறது. எது சரி? இந்த வேறுபாடுகள் இன்றைய வரைகலைச் சொவ்வறைகளாலும் *(graphics software)* அவை பயன்படுத்தும் எண்ணற்ற தமிழ் எழுத்துருக்களாலும், இதனை வடிவமைப்பவரின் கவனக் குறைவாலும், சரிபார்க்கத் திறமையானவர்கள் இல்லாததாலும் நிகழ்கின்றன. ஒன்றாம் வகுப்புக் குழந்தை எந்த ட-கரத்தைப் பின்பற்றும் என்ற குழப்பம் வருவது இயல்புதானே.

ஆங்கில உரோமன் எழுத்தான L (எல்), தமிழ் எழுத்தான ட (ta) என்ற இந்த இரண்டுக்கும் உள்ள வேறுபாட்டை எப்படி வரையறுப்பது? உரோமன்-L இல் நெடுங்கோடு கிடைக்கோட்டை

விட நீண்டும், தமிழ்-ட இல் நெடுங்கோடு கிடைக்கோட்டைவிட குறுகியுமிருப்பது காண்க. இந்த வேறுபாட்டை அறியாமல் உரோமன்-*L* எழுத்தையே தமிழ்-ட (ta) ஆக பயன்படுத்துவோர் உண்டு. எடுத்துக்காட்டாக "இந்தியா டுடே" என்ற பெயரில் வெளிவந்து கொண்டிருந்த பழைய வார இதழையேச் சொல்லலாம்.

படம்-1.7 அவ் இதழின் முகப்பு அட்டையின் பகுதி. அதில் உள்ளபடி, ட-கரத்தை உரோமன் L ஐப் பயன்படுத்தி எழுதித்தான் அவ் இதழ் வெளிவந்தது என்பதை நாடறியும். கற்றோர் நிறைந்த ஒரு வார இதழின் தலைப்பே பிழையாக வந்து கொண்டிருந்தது வியப்புதானே? யாராவது ட-கரத்திற்குப் பதில் உரோமன் L-ஐயே பயன்படுத்தித் தமிழில் ஒரு எழுத்தைக் குறைக்கலாம் என்று சொன்னாலும் சொல்லும் ஆபத்து இருக்கவே செய்கிறது. படம்-1.8 ஓர் ஓலைச்சுவடியில் ட-கரம் நீளமாக எழுதப்பட்டிருப்பதைக் காட்டுகிறது. இதேபோல கையால் எழுதப்பட்ட நிலப்பத்திரம் போன்ற ஆவணங்களிலும் இதுபோன்ற நீண்ட ட-கரங்களைக் காணமுடியும். ஆகவே, ட-கரத்திற்கு அளவேதும் இருந்ததில்லை; குறிப்பாக கிடைக்கோட்டிற்கு என்பது தெளிவாகிறது. அழகியல் அல்லது எழுதியவரின் எழுத்து நடை என்று வேண்டுமானால் சொல்லலாம். நமது எழுத்துகளின் தனித்தன்மையைப் பாதுகாக்க வேண்டியது நமது கடமை. தமிழ் ட-கரத்தின் நெடுங்கோடு, கிடைக்கோடு ஆகியவற்றிற்கிடையேயான வீதம் *(ratio)* என்ன? என்று நாம் வரையறுக்க வேண்டியுள்ளது. தமிழ் எழுத்துகளிலேயே மிக எளிமையாக இரண்டே இரண்டு கோடுகளைக் கொண்ட எழுத்து "ட" தான். அதிலேயே நம்மிடையே பல வேறுபாட்டுச் சிக்கல்கள் இருப்பதை அறியமுடிகிறது. தமிழ் எழுத்துகளின் அளவுகளைத் தரப்பாடு என்ற நோக்கில் வரையறுப்பது தேவையான ஒன்றாகிறது.

படம்-1.4 (Picture 1.4)

படம்-1.5 (Picture 1.5)

படம்-1.6 (Picture 1.6)

படம்-1.7 (Picture 1.7)

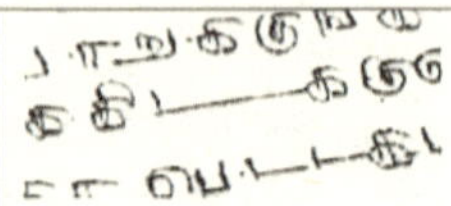
படம்-1.8 Picture (1.8)

[In English]

What is the nature of the letter-"ட"? Is the stem vertical or a bit inclined? The picture 1.4 is not an italicized one; but seen inclined. Why is it so? As far as I know it is vertical. The pictures 1.5 and 1.6 are from the same text book as above. The page 40 of that book shows two different shapes for the consonant letter-ட். In the picture 1.5 the consonant dot is up above the basic letter where as in the picture 1.6 the dot is inside the basic shape of the letter. Which is correct? Which one the child will follow and teacher would teach?

How do we differentiate between Roman letter-L and Tamil letter-ட(ta)? Roman letter-L has its stem longer than the horizontal line where as Tamil letter-ட(ta) will have its stem shorter. The old and popular "இந்தியா டுடே" (India Today) Tamil weekly magazine did not know this difference and was using Roman letter-L in place of Tamil letter-ட(ta) as it can be seen in the picture 1.7. A gross mistake was unnoticed. The magazine was published by highly educated people. Such things have the risk of some one wanting the Tamil letter-ட(ta) be obsoleted recommending the Roman letter-L.

The picture 1.8 shows a small portion of a palm leaf where the Tamil letter-ட(ta) is written with a long horizontal line. Such writings are common in land documents and other stylish writings. So, how long the horizontal line be? What could be the ratio between the vertical and horizontal line? Interestingly these questions arise in the simplest letter of the Tamil script. Such issues mandate us towards some standards, definitions and discipline for the Tamil script.

1.3 முன்னெழுத்தைத் தொடும் பின்னெழுத்து : Strokes touch previous letter

படம்-1.9 இல் ற, த, ர என்ற இவ் எழுத்துகளைக் காணுங்கள். அவற்றின் வால் பகுதியான முடிவுக் கோடுகள் எழுத்தின் தொடக்க எல்லையைத் தாண்டி முன்போகின்றன. இது இவ் எழுத்துகளுக்கு முன்னால் இருக்கக்கூடிய எழுத்தை இடர் செய்யும் சூழலைப் பல எழுத்துருக்களில் காண முடிகிறது. ஆகவே, படம்-*1.10* இல் இருப்பது போல வால் பகுதிக் கோடுகள் முன்போகாமல் எழுத்தின் தொடக்க எல்லைக்குள் நிற்கின்ற அணுகுமுறையைத் தரப்பாடு என்ற அடிப்படையில் செய்ய வேண்டியிருக்கிறது.

படம்-1.9 (Picture1.9)

படம்-1.10 (Picture 1.10)

[In English]

The picture 1.9 and 1.10 have an important difference. In 1.9, the tail ends of the curved strokes cross the right most limit or boundary of the letters. This in many incidents found hitting at the previous letter. The letter's identity in such cases are lost. It is not only a design issue, but also an indication of absence of some guide lines or standards.

1.4 முட்டிக்கொள்ளும் மேல்வரி கீழ்வரி எழுத்துகள் : Strokes touch upper/lower line letters

நீ, தீ, றீ போன்ற எழுத்துகள் படம்-1.11 இல் கண்டவாறு மேலும் கீழும் நீண்டிருக்கும் வடிவைப் பெற்றவை. சந்தையில் கிடைக்கும் எழுத்துருக்கள் சிலவற்றிலும், குழந்தைகளின் எழுத்துப் பயிற்சி ஏடுகளிலும் முதல் வரிசையில் கீழே தாழும் எழுத்தானது, அடுத்த வரிசையில் மேலே நீளும் எழுத்தோடு ஒட்டி உருவே மாறிவிடும் சூழலைக் காண முடிகிறது. இந்த இடர்ப்பாடு வரிசைகளுக்கான இடைவெளியால் ஏற்பட்டதல்ல. தவறான அளவில் நீட்டியும் தாழ்த்தியும் எழுதுவதால் ஏற்பட்ட இடர். ஆகவே, மேலே நீளும் எல்லையும் கீழே தாழும் எல்லையும் தெளிவான வரைவைக் கொண்டிருக்க வேண்டியது தரப்பாடு என்ற கோணத்தில் தேவையாகிறது.

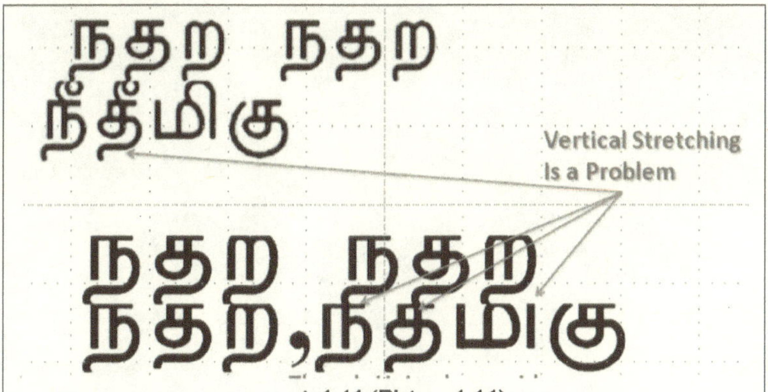

படம்-1.11 (Picture 1.11)

[In English]

The Tamil letters like நீ(nī), தீ(tī), றீ(rī) as indicated in the picture 1.11 have the tendency to rise and drop to the maximum. Such letters hit the previous line or next line. It is not due to the gap between lines but due to lack of guide lines and standards that could have probably indicated the limits for a rising stroke or a falling one.

1.5 உயிர்மெய்க் குறியீடு எங்கு தொடங்க வேண்டும்?: Vowelized Consonant Sign Starting?

படங்கள் 1.12, 1.13, 1.14 ஆகியவற்றில் ஈகார நெடிலைக் குறிக்கும் உயிர்மெய்க் குறியீடு எந்த இடத்தில் தொடங்குகிறது என்று காண்க. படம்-*1.12*இல் உயிர்மெய்க்குறியீடு எழுத்தின் வலது நெடுங்கோட்டின் தொடக்கத்தில் *(Right Stem of the letter)* தொடங்குகிறது. படம்-*1.13* இல் எழுத்தின் மூக்கில் *(Nose)* தொடங்குகிறது. படம்-*1.14* இல் குறுக்கில் *(Bar)* தொடங்குகிறது. ஆளுக்கு ஆள், எழுத்துருக்கு எழுத்துரு எழுத்தின் அடிப்படை வடிவை மாற்றி அமைத்தால் குழந்தை குழம்பிவிடாதா? குழந்தைக்குப் பயிற்றுவிக்கும் ஆசிரியர்தான் குழம்பிவிட மாட்டாரா? அழகியலை நாம் வேண்டாம் என்று சொல்லவில்லை. அது வேண்டும். ஆனால் அடிப்படை குலையாது இருக்க வேண்டும். ஈகாரக் குறியீடு எங்கே தொடங்கி எங்கே முடியும்? என்ற கேள்விக்கு கல்வித்துறை, பொத்தக வடிவமைப்பாளர், இதழ்கள் என அத்தனை எழுத்து சார்ந்தவர்களும் பின்பற்ற பொதுவான வரைவு வேண்டியதாகிறது.

தீது கீழ் சீதா	தீது கீழ் சீதா	தீது கீழ் சீதா
படம்-1.12 (Picture 1.12)	படம்-1.13 (Picture 1.13)	படம்-1.14 (Picture 1.14)

[In English]

It should be observed in the pictures 1.12, 1.13 and 1.14 that the letters like தீ(tī), கீ(kī), சீ(cī) do not have a standard place for the netil-kokki (the composite marker) to start. In 1.12, it starts at the right stem of the letter. In 1.13, it starts on the beak and in 1.14 on the bar. If every font maker and individual have their own way of writing or depicting the basic shape of the Tamil letters, then the letters decay and loose their identity and leave the children's education in chaos. Not just kid students but also the teachers, print designers, magazines, news papers etc., will be in need of common definitions and descriptions.

1.6 எழுத்திற்கும் உள்பாகங்கள் உண்டு : Letter is made up of subcomponents

தமிழ் எழுத்துகளின் அளவுகள் எல்லைகள் மேலான பல்வேறு பார்வைகளை நிலைகளை விளக்குங்கால், அந்த எழுத்துகளின் பாகங்கள் யாவை? என்றொரு கேள்வியும் எழுகிறது. ஒவ்வொரு தமிழ் எழுத்திற்கும் ஒன்றிற்கு மேற்பட்ட பகுதிகள் அல்லது பாகங்கள் உண்டு. அ என்ற தமிழெழுத்திற்குக் கண், வளைகோடு, கிண்ணி, குறுக்கு, நெடுங்கோடு என்ற ஐந்து பாகங்கள் உள (விரிவாக எதிர்வரும் பகுதிகளில் படத்துடன் விளக்கப்பட்டுள்ளது). அதுபோல ஒவ்வொரு எழுத்திற்கும் பாகங்கள் உள. ஆங்கில உரோமன் எழுத்துகளுக்குப் பாகங்களை எத்தனையோ ஆண்டுகளுக்கு முன்னர் ஆங்கிலர் வரையறுத்துப் படைத்திருக்கிறார். இது ஓர் எழுத்தை விவரிக்கத் தேவையாகிறது. ஓர் எழுத்தின் பாகத்தைக் குறிப்பிட்டு உரையாட முடிகிறது. எ-டு: “கிண்ணியை இடப்பக்கமாகச் சிறிது தள்ளுக”. “கரத்தைச் சிறிது நீட்டி எழுதுக” என இவ்வாறு. பாகத்திற்குப் பெயரில்லாமல் “அங்க கொஞ்சம் கீழே இழு”, “மேலே கொஞ்சம் நகர்த்து”, “அந்தக் கோட்டைக் கொஞ்சம் இழு” என்று குறிப்பில்லாமல் பேசும் சூழலை மாற்றி எழுத்தின் உட்பாகங்களைக் குறிப்பிட்டுப் பேசமுடியும் சூழல் ஆசிரியர், ஓவியர், கணியில் எழுத்துரு செய்யும் பொறியாளர் என்றிவர்களின் செயல் மேம்பாட்டுக்கு உதவும். (இந்நூலில் எழுத்துகளின் உட்பாகங்கள் படத்தோடு

விவரிக்கப்படும் பகுதிகளில் ஒவ்வொரு எழுத்தும் பாகங்களால் குறிப்பிடப்பட்டு விவரிக்கப்பட்டுள்ளன).

[In English]

When we discuss the needs of dimensions, limits/boundaries for the Tamil letters, there arises the question as how to describe a letter without it's parts? Without a clear anatomy we will not be able to define a letter, its formation and compare two different letters. For example, letter-அ has 5 internal parts viz. eye, curved stroke, bowl, bar and a stem. (these are explained in the later section). Similarly every letter has it's own parts. Roman letters have these anatomy defined decades ago. With the anatomy we can describe, converse, specify each letter in more accurate detail that will help teacher, artist, type designer and all related to Tamil letters formation. (Every letter is described using parts / components name of the letters in the later sections of this book).

1.7 சரியான ஆறு கோட்டொழுங்கு : Suitable 6 axes discipline

அளவு, எல்லை, பாகம் எனும் இவற்றோடு எழுத்தை எழுதும் அச்சும் எழுத்தின் ஒழுங்கில் முக்கியப் பங்காற்றுகிறது. நான் சிறுபிள்ளையாகப் பள்ளியில் தமிழ் படித்த போதும், என் பிள்ளைகள் பள்ளியில் தமிழ் படித்தபோதும் இரண்டுகோடு, அல்லது நாலுகோடு எழுதேட்டில்தான் எழுத்துகளை எழுதிப் பயின்றோம். பிற்காலத்தில் எழுத்துகளைப் பற்றிய தேடலும் செயல்களும் எனக்குக் கூடிய போதுதான் நடைமுறையில் உள்ள நாலு கோட்டொழுங்கும் நிறைவாக இல்லை என்பது விளங்கியது. இ, ழ என்ற எழுத்துகள் முறையே மேலும் கீழும் மிகும். நாலுகோட்டொழுங்கில் இவை ஒழுங்காக அமையா. இருகோட்டொழுங்கு பயனற்றது. ஆனாலும் பயனற்ற இரு கோட்டொழுங்கில் சந்தையில் கிடைக்கும் எழுத்துப் பயிற்சி ஏடுகள் எண்ணற்றவை. பச்சைப் பிள்ளைகளுக்குத் தொடக்கத்திலேயே பிழையாகச் சொல்லித் தரும் சூழல் வருத்துகிறது. ஆகவே அறுகோட்டொழுங்கை ஆய்வு செய்தபோது அதில் எல்லாத் தமிழ் எழுத்துகளும் நிறைவாகப் பொருந்தி அமைவதைக் காணமுடிந்தது. அதுவே கோட்டொழுங்காக நிறைவாகப் பயனாவது குழந்தைகளின் எழுத்துப் பயிற்சியைப் பயன் மிக்கதாக எளிதாக ஆக்கும். கோட்டொழுங்கின் அச்சுகளுக்கும் அளவுகள் பரிந்துரைக்கப்பட்டிருக்கின்றன.

[In English]

We saw the importance of dimensions, limits and parts of Tamil letters. Besides, it is fundamental to have proper axis-discipline. When I was a school kid, I was given to practice Tamil letters on a two line and / or four line note books. Letter like இ(i), ழ(la) will not fit in 2 and 4 line note books. Only when my researches on Tamil letters in my grown up age I realized that the four line note book is inadequate and two line note book is useless. But children get a lot only such note books for practice from online / book shops. Practicing on two or four line note books brought first level of error-Tamil in learning (and teaching too) to the kids. Hence my research suggeted a 6-line / 6 axis-discipline for writing Tamil letters. All the Tamil letters fit nicely in the 6-line / axes plane. This will help the children learn Tamil letters more easily and accurately. The 6-line / axes plane is explained in later section with proper pictures and dimenional ratios.

1.8 கட்டுப்படுத்தும் வழிகாட்டிகள்: Controlling guidelines

அளவு, எல்லை, பாகம், கோட்டொழுங்கு ஆகிய இவை மட்டும் போதுமா? கட்டுப்பாடும் வேண்டுந்தானே? அது என்ன எழுதுபவரின் கைகளைக் கட்டிப்போடுவதா? கட்டுப்பாட்டை எப்படிப் புரிந்து கொள்வது?

ஔவையாரை ஒ-ள-வையார் என்று கேலி பேசுவோமே? அந்தக் கேலியை நிலைக்க வைத்துவிட்டோமே? என்ற கவலை நமக்கு உண்டு. தமிழ் எழுத்துமுறையில் ஒ-விற்குப் பின்னும் ஊகாரத்திலும் வருவது “ள” அல்ல. சிறகு என்ற துணைக்குறியீடு. சில பத்தாண்டுகளாக அதை நமது கல்வியில் இழந்துவிட்டு நமது எழுத்துகளைக் கேலி பேசி அலைகிறோம். சிறகு என்ற துணைக் குறியீட்டின் சிறப்பு வடிவத்தை படம்-1.15 காட்டுகிறது. சில சொற்களில் அதன் பயன்பாடு படம்-1.16 ஆக தரப்பட்டுள்ளது.

ஔ-கார எழுத்துச் சிதைவைப் போலவே ர-கரமும் சிதைவை நோக்கிச் செல்கிறது. படம்-1.17 பலவகையான ரகரப் புழக்கத்தைக் காட்டுகிறது. முதல் ர-கரத்தில் மெய்ப்புள்ளி சரியான இடத்தில் இல்லை. இரண்டாவது முற்றும் பிழையானது. மூன்றாவது பிழையோடு சற்றே சாய்ந்துமுள்ளது. நான்காவதன் முடிவுச் சாய்கோடு தொடக்க வலதுகோட்டையும் தாண்டி முன்னே வருகிறது. இது காலப்போக்கில் பிழையான ரகரத்தை நிலைக்க வைத்துவிடக்கூடும்.

படம்-1.17.2 மூன்று வெவ்வெறு எழுத்துருக்கள் எப்படி ரகர வரிசையைப் பிழையாகத் தருகின்றன என்று காட்டுகின்றது. செவ்வகப் பெட்டியிட்ட எழுத்துகள் சாய்கோடு இல்லாமல் பிழையாகக் காட்டுவதைக் காண்க. இவற்றில் 3 பிழைகளைக் கொண்ட Arial Unicode MS எழுத்துரு மைக்ரோசாப்டு நிறுவனத்துடையது. 2 பிழைகளைக் கொண்ட TAU_ACHU எழுத்துருவும், 3 பிழைகளைத் தரும் TAU_VAT01 எழுத்துருவும் தமிழக அரசின் கணிநுட்பத் துறையைச் சேர்ந்த தமிழிணையக் கல்விக்கழக நிறுவனத்தால் மக்களுக்காக வெளியிடப்பட்டது. தமிழ் எழுத்துகளுக்கான வழிகாட்டுதல், தரப்பாடு, கட்டுப்பாடு போன்றவை இருந்தால் மைக்ரோசாப்டு போன்ற பெருநிறுவனமும், நமது தமிழ் இணையக் கல்விக்கழக நிறுவனமும், பிற தமிழ்த்துறைகளும் பிழையான எழுத்துருக்கள் பரவுவதைத் தவிர்க்க உதவும். இம்மூன்று எழுத்துருக்களும் எடுத்துக் காட்டுகள் மட்டுமே. இன்னும் நிறைய எழுத்துருக்கள் பல்வேறு பிழைகளோடு உள.

படம்-1.18 “இ” என்ற எழுத்தின் முடிவுக் கோடானது வளைகோடாக மேலெழுந்து எழுத்தைச் சுற்றியதும் முழுமையாக இ-இன் அடிப்பாகம் வரை இறங்குவதைக் காட்டுகிறது. படம்-1.19 இல் முடிவுக் கோடு முழுவதும் இறங்காமல் சற்று மேலேயே நிற்கிறது. இதில் எதை பிள்ளைகளுக்குச் சொல்லித் தருவது? அரசின் ஒன்றாம் வகுப்புப் பாடப் பொத்தகம் படம் 1.19 இல் உள்ளவாறு சரியாகச் சொல்லித் தருகிறது. ஆனால் எழுத்துருக்கள் பல படம் 1.18 இல் உள்ளவாறு பிழையாகக் காட்டுகின்றன. கணி உலகத்தில் பலபல எழுத்துருக்கள் தோன்றி, அவற்றின் எழுத்து வேறுபாடுகள் தோன்றிப் பரவுவதைக் கட்டுப்படுத்துமாறு, வழிகாட்டியாகத் தரப்பாடு தேவைப்படுகின்றன. இ-என்ற எழுத்து, அச்சு எந்திரம் வந்தபின்னர்கூட வெகுகாலம் படம்-1.20 இல் கண்டவாறு மிக எளிமையாக இருந்தது. ர-கரப் பிழைகள் அண்மைக்காலமாக அதிகமாகத் தென்படுகின்றன. ஔ-காரச் சிறகானது 40-50 ஆண்டுகளில் சிதைந்துபோனது. ஆகவே எழுத்துகள் மேலும் சிதைவடையாமல் இருக்கக் கட்டுப்பாடுகள் தேவை என்பதையே இவை வலியுறுத்துகின்றன. அடிப்படைகளைச் சிதைக்காத தரமும் அழகியலும் தமிழுக்குத் தேவை.

அச்சுகள், அவை சேர்ந்த கோட்டொழுங்கு, அவற்றிற்கிடையேயான அளவுகள், எழுத்தின் அளவு, எழுத்தின் எல்லை, எழுத்தின்

பாகங்கள், கட்டுப்பாடுகள் ஆகியவற்றைத் தமிழ் எழுத்துகளுக்கான தரப்பாட்டை, பரிந்துரை வழிகாட்டியை "தமிழ் எழுத்தொழுங்கு" என்ற இந்நூல் விவரிக்கிறது.

தமிழ் எழுதுவோர், ஓவியர், எழுத்துரு ஆக்குநர் போன்றோரின் எழுத்துக் கலைப் புதுமைகளை அழகியலை எந்தவிதத்திலும் இந்தத் தரப்பாடு குறைக்காது. மாறாக அடிப்படைகளை சிதைக்காத புதுமையை, அழகியலை இந்த எழுத்தொழுங்கு வரைவுகள் ஊக்கப்படுத்தும் விதத்தில் அமைக்கப்பட்டுள்ளது.

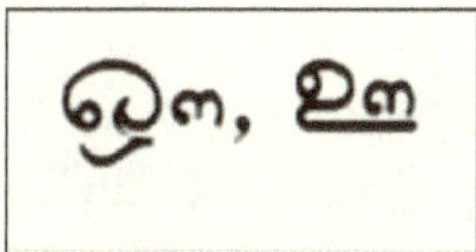

படம்-1.15 (Picure 1.15)

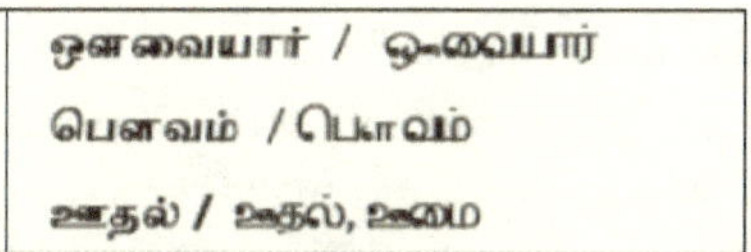

படம்-1.16 (Picure 1.16)

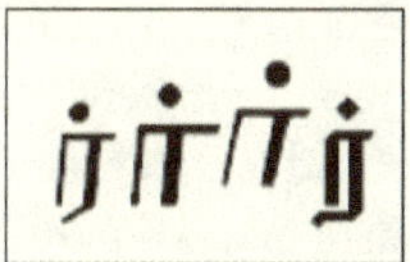

படம்-1.17 (Picture 1.17)

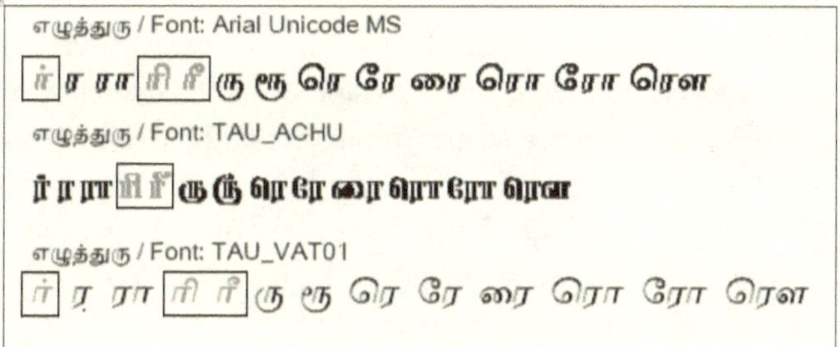

படம்-1.17.2 (Picture 1.17.2)

படம்-1.18 (Picture 1.18)

படம்-1.19 (Picture 1.19)

படம்-1.20 (Picture 1.20)

[In English]

Dimension / dimensional ratios, limits, anatomy, axis-discipline make up a guide line or standard. However, some controls make it more useful and sustainable. How to understand the controls? Are they very hard rules?

No. They are simple guide lines that will enable all kinds of standard, artistic and stylish Tamil letters creation without giving up the fundamentals.

Picture 1.15 refers to the right way of writing the siragu sign. It is smaller than letter-ள(ḷa) and different from it's shape too. We have lost proper siragu sign "ൗ", and use ள(ḷa) instead. This is the decay. We write Auvaiyār as Olavaiyār and make fun on ourselves. It is shameful that we retained the false version. The picture 1.16 presents the wrong and right usage of au (ஒள) and ū(ஊ).

Picture 1.17 shows how the consonant letter-r (ர்) is found erroneously on the paper media and computer screens. The consonant dot is placed wrongly in the first case; Second is a complete error; Third too error and not vertical; Slant of the fourth extends past the right of the letter. These errors are on the increase. Such errors over the period of time will erase the original.

Picure-1.17.2 shows how three different fonts incorrectly render the 'ra' series of characters. Observe the rectangle boxed characters which are shown incorrectly without a slant. Among these, the Arial Unicode MS font, which has 3 errors, belongs to the Microsoft Corporation. The TAU_ACHU font, which has 2 errors, and the TAU_VAT01 font, which gives 3 errors, were released to the public by the Tamil Virtual Academy (TVA), which belongs to the Department of Information Technology of the Government of Tamil Nadu. If there were guidelines, standardization, and regulation for Tamil characters, it would help large corporations like Microsoft, our Tamil Virtual Academy institution, and other Tamil departments to avoid the spread of erroneous fonts . These three fonts are merely examples; there are many more fonts with various errors.

The vowel letter-i(இ) in pictures 1.18 and 1.19 are different. The right version 1.19 is used in the text book as mentioned above. But the wrong version as in picture 1.18 is found in popular fonts.

Overall, the point here is not to let the letters decay. For example the letter-i(இ) was so simple as shown in the picture 1.20. But the letter undergone many changes even though letter press technologies advanced and a near stable script was developed. Decay of letter-r (ர்) is on the increase in the recent years. Siragu sign is lost in just 40 to 50 years. So a sensible control over the Tamil letters is important.

The 6-axis-plane, the dimensions between the axes, letters' dimensional aspects, the limits or boundaries of the letters, anatomy of the letters and controls develop into a recommended guide lines otherwise called as standards and discipline of Tamil script summarized into this book titled as "தமிழ் எழுத்தொழுங்கு" / "Anatomy of Tamil script".

This book is for school and private Tamil teachers, Artists, Typeface designers and others who are interested in Tamil script grammer and orthography. This book motivates the artistic talents and styles without giving up fundamental standards.

அத்தியாயம் 2. தமிழ் எழுத்தின் பாகங்கள் : Chapter 2. Tamil Typographic Components

அச்சுப்பொறி நுட்பியலும் அதனைத் தொடர்ந்து வந்த கணிநுட்பியலும் தமிழ் நெடுங்கணக்கு எழுதப்படும் முறையில் பெரும் தாக்கத்தை ஏற்படுத்தின. இந்த இரு நுட்பியல்களும், தமிழ் எழுத்துருக்களையும் எழுத்துருக் குடும்பங்களையும் அடவிப்பதில் *(designing)* புதிய எழுத்துக் கலைகளையும் நுட்பங்களையும் கொண்டுவந்தன. உரோமன், அரபி உள்ளிட்ட உலகின் பல வரிவடிவங்களும், தற்காலப் புதிய அச்சுக்கலையின் உயரிய கூறுகளை உள்வாங்கி, மூலத்தையும் தனித்துவத்தையும் இழக்காத சிறந்த எழுத்துருக் குடும்பங்களை உருவாக்கி கணியுலகில் முன்னணியில் திகழ்கின்றன. ஓர் இயல்பான நெடுங்கணக்கின் உட்கூறுகள் அல்லது உள்ளுறுப்புகள் நன்கு ஆய்வுக்குட்பட்டுப் புரிந்துகொள்ளப் பட்டபோதுதான் அவை திரையிலும் தாளிலும் தோன்றுவதை மேம்படுத்த முடிந்தது. ஒவ்வொரு நெடுங்கணக்கிலும் *(script / alphabet)*, ஒத்த உட்கூறுகளைக் கொண்ட எழுத்துகளின் கணங்கள் *(groups)* உண்டு. ஒரு நெடுங்கணக்கில் எழுத்து *(letter)* என்பது ஓர் ஒலியைக் குறிக்கின்ற குறியீடு *(symbol)* ஆகும். அக் குறியீட்டின் வெவ்வெறு காட்சித்திரிவு கீற்று *(glyph)* ஆகும். "அ" என்பது எழுத்தாகும். இதைச் சாய்த்து *(Italics)* எழுதினால் அது "*அ*" என்று காட்சிக்காகத் திரியும். அ, *அ* என்ற இரண்டும் இருவேறு கீற்றுகளாகும். ஓர் எழுத்து அல்லது கீற்று பல்வேறு உட்கூறுகள் அல்லது உட்பாகங்களால் *(components)* ஆனது. ஒரு

கூறு அல்லது பாகம் என்பது ஓர் எழுத்துக்குள் ஒரு கோடாகவோ, ஒரு வடிவமாகவோ ஒரு வளைவாகவோ இருக்கும். ஒன்று அல்லது ஒன்றுக்கு மேற்பட்ட பாகங்கள் அல்லது கூறுகளால் ஓர் எழுத்து அல்லது கீற்று உருவாகிறது.

தமிழ் நெடுங்கணக்கில் உள்ள எழுத்துகளின் பல்வேறு பாகங்கள் இந்தப் பகுதியில் தொகுக்கப்பட்டிருக்கின்றன. அவற்றிற்குப் பெயர்களும் சூட்டப்பட்டிருக்கின்றன. இது ஒரு தமிழ் எழுத்தை அதன் பாகங்கள் அல்லது உறுப்புகளின் அளவில் ஒவ்வொன்றாகக் குறிப்பிட்டுத் தாளிலோ கணித்திரையிலோ எழுதவும் உரையாடவும் அவற்றை ஆய்வு செய்யவும் இயல்விக்கிறது. பாகங்கள் *"ISO 15919 Romanization of Indic scripts"* என்ற தரப்பாட்டின்படியான உரோமன்-தமிழ், ஆங்கிலம், தமிழ் ஆகிய மூன்று வடிவங்களிலும் தரப்பட்டுள்ளது. அதொடு சுருக்கமான விளக்கமும் தரப்பட்டுள்ளது.

[In English]

Letter press technologies and later digital technologies made huge impact on the way Tamil script is printed. These technologies brought in modern typographic considerations in designing high quality typefaces. Many scripts in the world including Roman, Arabic etc., have implemented advanced typographical features into their typefaces without losing the originality, and become so competitive in the digital world. Advancements in printing on screen and paper technologies were possible only when the 'Structure' or in other words the 'Anatomy' of the natural script was well understood and analyzed. Every script has groups of letters having similar structures. Every letter or glyph is made up of parts or components. A component is typically a line or curve or a shape that forms part of a letter. This section introduces the various parts or components that can be identified in the Tamil script and serves as a guide line. The components or parts name are mentioned in Roman transliterated Tamil based on "ISO 15919 – Romanization of Indic scripts" standard, Englishh and Tamil followed by a brief description in Tamil and English.

#	Components பாகங்கள்	Description விளக்கம்
1	aṇṭu (Link) / அண்டு	அண்டு என்பது ஓர் எழுத்தின் (அல்லது கீற்றின்) இரண்டு பாகங்களுக்கிடையே உள்ள சிற்றிணைப்பு. *aṇṭu (Link)* is the minor linkage between two parts of a letter/ glyph.
2	cuḻi (Loop) / சுழி	ஓர் எழுத்தின் இடையிலோ கடையிலோ காணப்படும் சிறுவட்டம் சுழியாகும். Small rounded part mostly occurring at the later stage or end stage of a letter/glyph.
3	valañcuri (Right Spiral Stroke) / வலஞ்சுரி	ஓர் எழுத்தின் வலப்புறமாக வளைந்தோடும் வளைகோடு வலஞ்சுரியாகும். எ-டு "மு". Curved stroke that circles around the right of the core letter like in letter மு (mu).
4	kaṇ (Eye) / கண்	ஓர் எழுத்தின் தொடக்கத்தில் காணப்படும் சிறு வட்டம் கண் எனப்படும். The initial small enclosed space as in letters such as "அ", "ஒ" is called kaṇ that means "Eye". Eye is common to many other letters in the contemporary Tamil script.

5	karam (Arm) / கரம்	ஓர் எழுத்தின் இடை அல்லது கடைப் பாகத்தில் நீண்டிருக்கும் நேர்கோடு கரம் ஆகும். An extended stroke from the letter/glyph from positions other than the head.
6	kātu (Ear) / காது	மாந்தக் காதைப்போல் ஓர் எழுத்தின் அடிப்படை உருவிலிருந்து நீண்டிருக்கும் வளைகோடு காது ஆகும். A curved component extending from a core letter, often resembling the human ear. It is called *kātu (Ear)*.
7	kiṇṇi (Bowl) / கிண்ணி	நேர்கோடு, வளைகோடு அல்லது வளைநேர் கோடு என்ற இக்கோடுகளின் சேர்க்கை, கிண்ணம் அல்லது கிண்ணி போன்ற பாகம் எழுத்துக்குள் உருவாகக் காராணமாகிறது. Due to curved or curvilinear strokes, or the combination of straight and curved strokes, a bowl like component is formed in some of the characters. It is called as *kiṇṇi (Bowl)*. It is the black shape that encloses a white space or counter.
8	kiṭaikōṭu (Horizontal Line) / கிடைக்கோடு	படுக்கைக்கோடு. ஓர் எழுத்தின் படுத்துக் கிடக்கும் முக்கியமான கோடு. The straight horizontal line that is considered to be the important line is called as *kiṭaikōṭu*.

9	meyppuḷḷi (Consonant Dot) / மெய்ப்புள்ளி Other Dots: veḷippuḷḷi (Outer Dot) / வெளிப்புள்ளி vuṭppuḷḷi (Inner Dot) / உட்புள்ளி valatu puḷḷi (Right Dot) / வலது புள்ளி iṭatu puḷḷi (Left Dot) / இடது புள்ளி mēṟpuḷḷi (Upper Dot) / மேற்புள்ளி	வட்டமான குறியீடு, இது ஓட்டையுள்ள வளையமல்ல. உள் நிரப்பப்பட்ட வட்டம் அல்லது வட்டம் போன்ற வடிவைப் புள்ளி என்பர். இது தமிழின் 18 மெய்யெழுத்துகளுக்கு அவற்றின் மேலே வரும். ஈகாரத்தில் உள், வெளிப்புள்ளிகளாகவும் ஆயுதத்தில் வல, இட, மேல் நிலைகளிலும் வரும். புள்ளியை அது இருக்கும் இடத்தையும் குறிக்குமாறு குறிப்பிடுவது தேவை. *puḷḷi* meaning a dot is an integral part of all the 18 consonants of Tamil script, the vowel ஈ (ī), and in āytham character ஃ. It occurs in a few different locations/positions of a character. It is important to express the *puḷḷi* in terms of its position.
10	mūkku (Beak) / மூக்கு	ஓர் எழுத்தின் அடிப்படை உருவின் தலையிலிருந்து வெளியே துருத்திக் கொண்டிருக்கும் பாகம் மூக்கு ஆகும். An extended line from the core letter/glyph’s head.

11	neṭuṅkōṭu (Stem) / நெடுங்கோடு valatu neṭuṅkōṭu (Right Stem) / வலது நெடுங்கோடு iṭatu neṭuṅkōṭu (Left Stem)/ இடது நெடுங்கோடு	எழுத்தின் பல்வேறு பகுதிகளில் வரக்கூடிய செங்குத்தான கோடு ஆகும். ஒன்றுக்கு மேற்பட்ட நெடுங்கோடு அல்லது செங்குத்துக் கோடு இருந்தால் அந்தக் கோடிருக்கும் இடத்தையும் குறிப்பிட்டுச் சொல்லப்படுகிறது. The important straight vertical line is called as *neṭuṅkōṭu* meaning stem. In the cases where a letter/ glyph has more than one *neṭuṅkōṭu (Stem)*, then the prefixes *valatu (Right*) and *iṭatu (Left)* are used to identify their location/position within the letter/glyph.
12	kuṟukku(Bar) / குறுக்கு	குறுக்கு என்பது ஓர் எழுத்தின் இரண்டு பாகங்களுக்கிடையே உள்ள இணைப்பாகும். இது கிடையாக மட்டும் இணைக்கும் கோடாகும். kuṟukku *(Bar)* is a cross bar that connects two different parts of a letter/glyph.
13	sāikōṭu (Slant) / சாய்கோடு	எழுத்தின் ஒரு கோட்டின் நீட்சியாக சாய்வாக வரும் கோடு சாய்கோடு ஆகும். The slanted line extending from another line is called *sāikōṭu (Slant)*.

14	tāḻkōṭu (Descender) / தாழ்கோடு	ஓர் எழுத்தின் கடைசி அல்லது முடிவுப் பகுதியாக தாழ்ந்து வரும் வளைந்த அல்லது நேர்கோட்டிற்கு தாழ்கோடு என்று பெயர். எ-டு த். Small curved or straight line extending downwards forming the lowest part of the letter like in letter த் (t).
15	toṅkukōṭu (Hanging Stroke) / தொங்குகோடு	ஓர் எழுத்தின் மேற்பகுதியில் இருந்து தொங்கும் நேர்கோடு தொங்குகோடு ஆகும். Straight line dropping from the upper part of a letter/glyph.
16	vaḷaikōṭu (Curved Stroke or Curvilinear Stroke) / வளைகோடு	பல எழுத்துகளில் வளைந்த கோடுகள் உண்டு. அவை வளைவாகவோ, நேர்கோட்டுடன் கூடிய வளைவாகவோ இருக்கும். இவை பொதுவாக வளைகோடு எனப்படுகிறது. Many of the letters are made up of one or more curved lines. A curved line found part of a letter is called vaḷaikōṭu meaning 'Curved Stroke'. Some lines have the combination of both curved and straight strokes (Curvilinear). Both the Curved and Curvilinear strokes are called as vaḷaikōṭu as the curve is predominant in that particular part of a letter/glyph.

17	valatutōḷ (Right Shoulder) / வலது தோள் iṭatutōḷ (Left Shoulder) / இடது தோள்	தமிழின் சில எழுத்துகள் மாந்தத் தோளைப்போல வளைந்து இருக்கும் பாகத்தைக் கொண்டிருக்கும். அப்பாகம் தோள் எனப்படுகிறது. இருக்கும் இடத்தைப் பொறுத்து இடம் அல்லது வலமென குறிக்கப்படுகிறது. Few letters in Tamil script depict the curved lines as the shape of human shoulder. Hence this part of the letter is called as *tōḷ (Shoulder)*. valatu (Right) and iṭatu (Left) prefixes are positions.
Other terminologies: பிற பெயர்கள்		
1	aṭaippu (Counter Space) / அடைப்பு	வெற்றிடம் அல்லது வெளியைச் சுற்றிய கோடுகள் அடைப்பை ஏற்படுத்துகின்றன. அவ் அடைப்பு கிண்ணியாலோ, நேர் அல்லது வளைகோடுகளாலோ உருவாகின்றது. A counter is the white space bounded by a bowl, or by a terminal, or by any other straight or curved strokes.
2	aṭittāṉam (Baseline) / அடித்தானம்	அடித்தானம் என்ற இவ் அச்சில்தான் பெரும்பாலான எழுத்துகள் அமரும். இதற்குக் கீழே தாழ்கோடுகள் தாழும் The Baseline is the line on which most letters “sit” and below which Descender descends.

3	mēṟṟāṉam (Cap line)/ மேற்றானம்)	அடித்தானத்தில் இருந்து ப-உயரத்தில் உள்ளது மேற்றான அச்சு (மேல் தானம்) ஆகும். ஆங்கிலத்தில் x-height என்பர். இதற்கு மேல் எழுகின்ற / ஏறுகின்ற கோடுகள் எழும். The Cap line is the line at the height of x-height or Tamil-letter-pa-height from the Base line. The ascenders and few other strokes either rise from there or cross this line.
4	ப–uyaram (pa/x-height) / ப-உயரம்	அடித்தானத்திற்கும் மேற்றானத்திற்கும் உள்ள இடைவெளி ப-உயரம் எனப்படும். Vertical distance between Base line and Cap line.
5	eḻukai1 (Ascender Line 1) / எழுகை1	மேல் தான அச்சுக்கு மேலும் மேலச்சுக்குக் கீழும் உள்ள அச்சுக்கோடு. இதன் மேல் மெய்ப்புள்ளிகள் அமர்கின்றன என்பதும் குறிப்பிடத்தக்கது. ஏறி / எழுந்து வரும் கோட்டுக்கு ஓரெல்லையாகவும் இருக்கிறது. Axis that is above the upper line and below the Ascender line 2. The consonant dot sits on top of this axis.

6	eḻukai2 (Ascender Line 2) / எழுகை2	இதுவே மேலச்சு ஆகும். எழுத்துகளில் மேலெழுந்து வரும் கோடுகளுக்கு மேல்வெளி எல்லையாக இருப்பது எழுகை2 எனப்படும் மேலச்சு. The upper most axis.
7	tāḻkai1 (Descender Line1) / தாழ்கை1	அடித்தான அச்சுக்கு கீழும் கீழச்சுக்குக் மேலும் உள்ள அச்சுக்கோடு. தாழ்ந்து வரும் கோட்டுக்கு ஓரெல்லையாகவும் இருக்கிறது. Axis that is below the base line and above the 2nd Descender line.
8	tāḻkai2 (Descender Line 2) / தாழ்கை2	இதுவே கீழச்சு ஆகும். எழுத்துகளில் தாழ்ந்து வரும் கோடுகளுக்குத் தாழ்வெளி எல்லையாக இருப்பது தாழ்கை2 எனப்படும் கீழச்சு. The lower most axis.

அத்தியாயம் 3. அடிப்படைக் கோட்டொழுங்கு : Chapter 3. Basic Plane/Axes Discipline

ஒவ்வொரு தமிழ் எழுத்தும் 6 கோட்டு அச்சில் ஒழுங்கமைக்கப் பட்டுள்ளது. படம்-அறுகோட்டு அச்சில் மேற்றானம் *(cap line)*, அடித்தானம் *(base line)*, எழுகை *1 (ascender line 1 a.k.a consonant dot axis)* எனும் மெய்ப்புள்ளி அச்சு, எழுகை *2 (ascender line 1)*, தாழ்கை *1, 2 (descender line 1,2)* என ஆறு அச்சுகளைக் காண்க. ப-உயரம் *(x-height)* குறிக்கப்பட்டுள்ளதையும் காண்க. இந்த ஆறுகோட்டொழுங்கு எல்லா எழுத்துகளுக்கும் ஒன்றுதான். அடித்தான அச்சும், மேல் தான அச்சும் அடிப்படைக் கட்டுமானம் ஆகும். தமிழ் நெடுங்கணக்கில் ப-எழுத்தின் உயரமே அடித்தானத்திற்கும் மேல் தானத்திற்குமான உயரம் ஆகும். ஆங்கிலத்தில் *x-Height* என்பர். எழுத்துகளில் மேலெழுந்து வரும் கோடுகளுக்கு எல்லையாக இருப்பது எழுகை*2 (Ascender Line 2)* எனப்படும் மேலச்சு. அதேபோல எழுத்துகளில் தாழ்ந்து வரும் கோடுகளுக்கு எல்லையாக இருப்பது தாழ்கை*2 (Descender Line 2)* எனப்படும் கீழச்சு ஆகும். மேல் தானத்தில் இருந்து எழுகை*2* இன் உயரம் ப-உயரத்தில் பாதியாகும் *(50%* ப-உயரம்*)*. அதேபோல தாழ்கை*2* இன் ஆழமும் ப-உயரத்தில் பாதியாகும். எழுகை*1* எனப்படும் மெய்ப்புள்ளி அச்சானது மேற்றானத்தில் இருந்து ப-உயரத்தில் *20%* இருக்கும். அதே போல தாழ்கை*1* இன் ஆழம் அடித்தானத்தில் இருந்து ப-உயரத்தில் *20%* இருக்கும். *2,3* விழுக்காடு கூட இருந்தால் தவறில்லை. ஆனால், கூடினாலும் குறைந்தாலும் அது மேல் தானத்திற்கு மேலும், அடித்தானத்திற்குக் கீழும் என இரண்டு புறமும் சம அளவில் இருக்க வேண்டும். எழுத்துகளின் தன்மையைப் பொறுத்து வடிவமைப்பவர் இதனை முடிவு செய்து

கொள்ளலாம். கல்வித்துறையில் பள்ளிப் பிள்ளைகளுக்கு இந்த 6 கோட்டொழுங்கு போதுமானதாகும். அதுவே எழுத்துரு ஆக்குநருக்கு மேலும் துல்லியம் கூட வேண்டுமானால் அச்சுகளின் எண்ணிக்கையை அதிகரித்துக் கொள்ளலாம்.

இனி வரும் பகுதிகள் ஒவ்வொரு தமிழ் எழுத்தின் உட்கூறுகளை விளக்குகின்றன. எழுத்தின் படமும், அவ் எழுத்தின் பாகங்களாலான உள்ளமைப்பும், பாகங்களின் பெயர்களும், ஆறு அச்சுகளைக் கொண்ட கோட்டொழுங்கும், அச்சுகளின் பெயர்களும், அச்சின் அளவுகளும், தேவைப்படும் எழுத்துகளுக்கு அளவுகளும் ஆகிய இவை தமிழ் எழுத்துகளின் வரிவடிவத்தை விவரிக்கின்றன. மேலும்:

- தமிழ் எழுத்துகளை உரோமன் எழுத்தால் குறித்துக் காட்ட *"ISO 15919 - Romanization of Indic scripts"* என்ற தரப்பாடு பயன்படுத்தப்பட்டிருக்கிறது. எடுத்துக்காட்டாக: எழுத்து-உ, எழுத்து-ஞ் ஐக் குறிக்க முறையே "u", "ñ" என்ற எழுத்துகள் பயன்படுவதைக் காண்க.
- எழுத்துகளின் உட்பாகங்கள் படத்தோடு விவரிக்கப்படும் அடுத்து வரும் பகுதிகளில் ஒவ்வொரு எழுத்தும் பாகங்களால் குறிப்பிடப்பட்டு விவரிக்கப்பட்டுள்ளன.

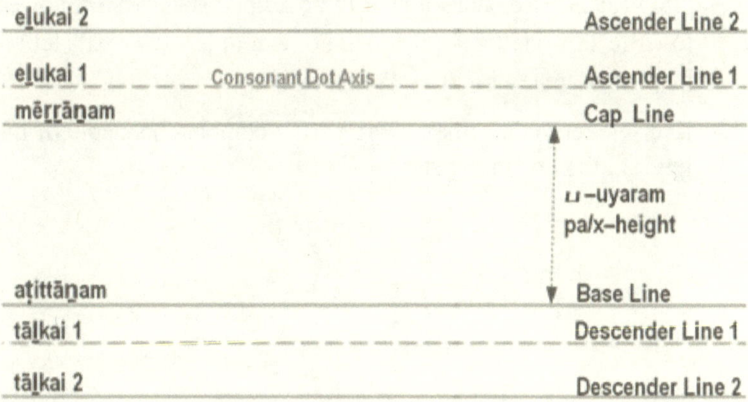

படம்-அறுகோட்டு அச்சு: *Picture : 6-axis-plane*

[In English]

As the picture 6-axis-plane shows, every Tamil letter is described in a 6 axes plane. The Base line (aṭittāṉam) and the Cap line (mēṟṟāṉam) with a vertical distance of Tamil-letter-pa-height (a.k.a x-height) to each other, forms the base for creating a Tamil letter. "Ascender Line 2" (eḻukai2) marks the top most marker of a Tamil letter; similarly the "Descender Line 2" (tāḻkai2) marks the bottom most marker. The height of "Ascender Line 2" from the Cap line is 50% of the pa/x-height, and so the depth of "Descender Line 2" from the Baseline. The height of "Ascender Line 1", also called as the "Consonant Dot Axis" can be 20% of the pa/x-height, and the depth of "Descender Line 1" from the Baseline is the same. It is acceptable if the height of Ascender and Descender lines vary by a few percentages. For education this 6-axis-plane discipline will be sufficient. The number of axes can be increased from 6, if more accuracy is required by the typeface designers.

Following sections depict the anatomy of Tamil script. The picture of the letter with its internal structure on the 6-axis-plane denotes the anatomy of the letter along with the names of the various components.

- "ISO 15919 – Romanization of Indic scripts" standard is followed to write Tamil letters in Roman. For example letter-"உ", letter-"ஞ்" are denoted as "u", "ñ" respectively.
- Every letter is described using parts / components name of the letter in the upcoming sections.

அத்தியாயம் 4. தமிழ் உயிரெழுத்துகள் [12]
Chapter 4. Tamil Vowels [12]

தமிழின் உயிரெழுத்துகள் பன்னிரண்டின் உட்கூறுகளும் இங்கு விவரிக்கப்பட்டுள்ளன.

All the 12 Tamil vowels are described here in this section.

4.1 தமிழ் உயிரெழுத்து "அ" : Tamil Vowel a (அ)

அ எழுத்தின் "கண்" *(eye)* மேற்றானத்தைத் தொட்டுத் தொடங்கி, ஒரு வளைகோட்டால் *(curved stroke)* எழுகை-1 அச்சை எல்லையாகக் கொண்டு மேலெழுந்து கீழே வளைந்து சென்று ஒரு கிண்ணியொடு *(bowl)* ஒட்டிக் கொள்கிறது. கிண்ணியையும் நெடுங்கோட்டையும் *(stem)* குறுக்கு *(bar)* இணைப்பதைக் காண்க. கிண்ணி என்ற பாகத்தால் அடைப்பு *(counter space)* உருவாவதையும் காண்க. நெடுங்கோடானது குறுக்குக்கு மேலே எழுகை-1 வரைக்கும் செல்வதையும், குறுக்குக்குக் கீழே அடித்தானத்தில் நின்றுவிடுவதையும், அதே அடித்தானத்தில் *(base line)* கிண்ணி அமர்ந்திருப்பதையும் காண்க. இது அ-வின் எழுத்தொழுங்காகும். காண்க: படம்-4.1.

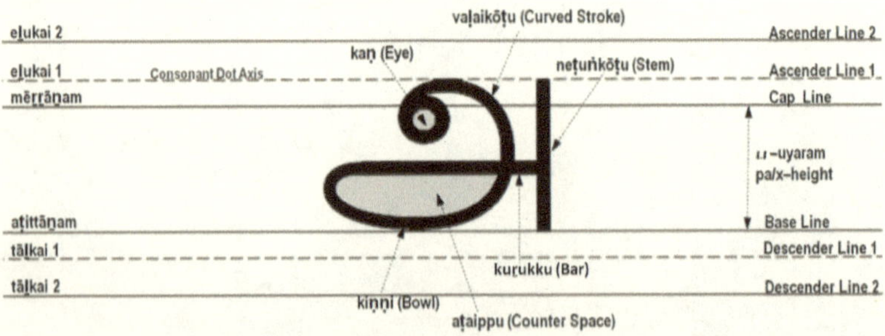

படம்-4.1 *(Picture 4.1)*

[In English]

The eye of letter **a** (அ) starts touching cap line and rises up as a curved stroke till the ascender line 1 and falls as a curved stroke. It touches the bowl. The bowl and the stem are connected by a bar.The bowl causes a counter space to be formed. The stem rises till the ascender line 1 while falling down to only the base line. The bottom of the bowl too sits atop the base line. This is the description of writing the letter **a** (அ). Refer Picture 4.1.

4.2 தமிழ் உயிரெழுத்து "ஆ" : Tamil Vowel ā (ஆ)

தமிழ் உயிரெழுத்து "அ" இற்குத் தரப்பட்டிருக்கும் விளக்கங்கள் அப்படியே அதன் நெடிலான "ஆ" இற்கும் பொருந்தும். கூடவே "ஆ" எழுத்தில் காது *(ear)* என்ற பாகம் சேர்ந்திருப்பதைக் காண்க. இந்தக் காது முடியும் போது சுழி அல்லது முடிச்சோடு முடிவதில்லை என்பது கவனிக்கத் தக்கது. எழுத்தொழுங்கு என்ற தரப்பாட்டு அடிப்படையில், கல்வியில் பாடப்பொத்தகத்தில் காது சுழியில் முடியாது. அழகியலுக்காக உருவாக்கப்படும் எழுத்துரு ஆக்குநர் உருவாக்கும் எழுத்துகளில், ஓவியர்கள் எழுதும் எழுத்துகளில் வரைகலைகளில் காது சுழியில் முடிவது குற்றமாகாது எனினும் சுழியில்லாத காதே பரிந்துரைக்கப்படுகிறது.

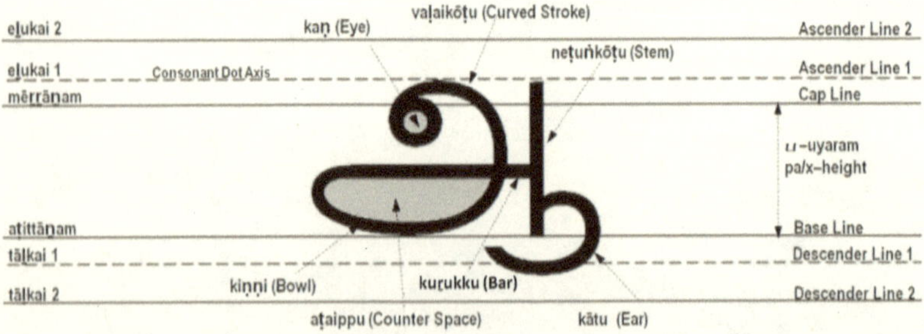

படம்-4.2 (Picture 4.2)

[In English]

The description for the vowel **a** (அ) applies to **ā** (ஆ) too. In addition a ear is added to the letter **a** (அ). It should be observed that the ear (kātu) does not end with a loop. This is the normal case. There are decorative variations that have a loop at the end of ear (kātu). For education the ear does not end with the loop. Decorative font developers and artists may use the ear with loop. However the ear without the loop is the strong recommendation.

4.3 தமிழ் உயிரெழுத்து "இ" : Tamil Vowel i (இ)

"இ" எழுத்து அதிக வளைகோடுகளால் ஆனது. கண்ணில் இருந்து மேற்றானம் வரை வளைகோடு-1 ஆக எழுந்து கீழிறங்கி இடவலமாகச் சென்று கீழ்மேலாக எழுந்து எழுகை-2 எல்லைவரைச் சென்று கீழிறங்கி நிற்கிறது. கண்ணின் மட்டத்தில் நிறைவு வளைகோடு இறங்கி நிற்பது காண்க. கீழே தாழ்கை-1 அச்சில் எழுத்து அமர்கிறது. காண்க படம்-4.3. இந்த எழுத்து அச்சு எந்திரம் வந்தபின்னர்கூட வெகுகாலம் படம்-1.20 இல் கண்டவாறு மிக எளிமையாக இருந்தது. அச்சு எந்திரம் வந்துகூட தொடர் மாற்றங்களால் பெரியதாக வளைவுகள் மிகுந்து நிலைத்திருக்கிறது. இந்த வடிவம் மேலும் மாற்றம் பெறாமல் அப்படியே நிலைத்தல் தேவை.

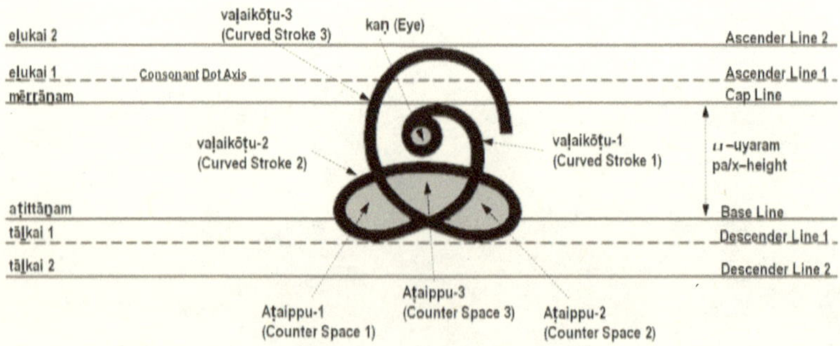

படம்-4.3 *(Picture 4.3)*

[In English]

Picture 4.3 depicts Tamil vowel letter i(இ) that is written using more curved strokes. From the eye, the curved stroke-1 rises till the cap line and falls down and makes left to right and bottom to up curved strokes with the top marker being ascender line-2. It ends dropping down till eye level. The letter firmly sits atop the descender line-1 and not on the base line. As shown in the picture 1.20 in the earlier section this letter was much simpler than now. The letter press technologies could not resist the changes happened to this letter until it reached this version. This version continues to be stable. Protecting this version is very importnt for the future.

4.4 தமிழ் உயிரெழுத்து "ஈ" : Tamil Vowel : ī (ஈ)

படம் 4.4 இல் காணப்படும் உயிரெழுத்து "ஈ", ப-உயரத்திலேயே அமைகின்றது. இரண்டு நெடுங்கோடுகள் குறுக்கால் இணைக்கப்படுகின்றன. தலைப்பகுதியில் மூக்கு நீளுகிறது. நெடுங்கோடுகள் குறுக்கு ஆகியவற்றிற்கு நடுவில் உட்புள்ளி அமைகிறது. உட்புள்ளியின் அளவிலேயே, மட்டத்திலேயே வெளிப்புள்ளி இடது நெடுங்கோட்டிற்கு வெளியேயும் மூக்கின் எல்லைக்குட்பட்டும் அமைகிறது. குத்துமமாக *(approximate)* கோடுகளின் தடிம அளவு புள்ளிகளின் ஆரமாகலாம். அதாவது புள்ளியின் விட்டத்தில் பாதி கோடுகளின் தடிம அளவாக இருக்கலாம்.

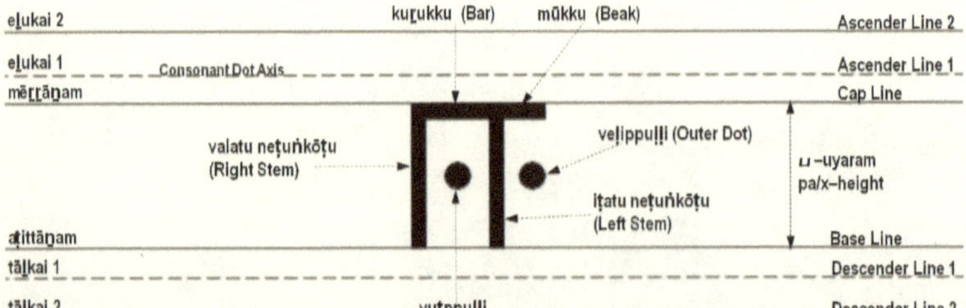

படம்-4.4 *(Picture 4.4)*

[In English]

Tamil vowel ī (ஈ) is formed as high as the pa-height (x-height) as shown in picture 4.4. A bar connects two stems at the top and a beak extends from there. An inner dot occurs within the space formed by stems and bar. The outer dot lies on the same dimension and level of the inner dot but away from the left stem and within the outer limit of the beak. The diameter of the dot (puḷḷi) is approximately 2 times the thickness of the stroke.

4.5 தமிழ் உயிரெழுத்து "உ" : Tamil Vowel u (உ)

உயிரெழுத்து "உ" கண்ணில் தொடங்கி மேலெழுந்து மேற்றானத்தைத் தொட்டுக் கீழிறங்கும் பெரிய வளைகோடும் அதற்கு எதிர்த்திசையில் சிறிய வளைகோடும் என ஆகி படம்-4.5 இல் காட்டியவாறு அடித்தானத்தில் மேலமரும் கிடைக்கோட்டில் இணைகிறது. கிடைக்கோட்டின் நீளமானது கண்ணின் வலது வெளிப் புறத்திலிருந்து பெரிய வளைகோட்டின் இடது வெளிப்புறத்தின் நீளத்தைப் போல இரண்டு பங்கு இருக்கலாம். இந்த நீளமானது சிறகுக் குறியீட்டின் மொத்த அகலத்தையும் பொறுத்து அமைக்கப் படவேண்டும். அதற்கு "ஊ" எழுத்தையும் மனதில் கொண்டு நீளம் வடிவமைக்கப்படல் வேண்டும். இரண்டு மடங்கு என்பது சற்று கூட குறைய இருந்தால் குற்றமாகாது.

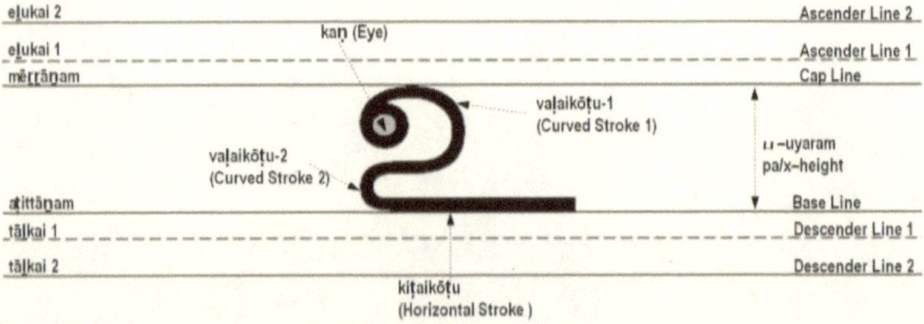

படம்-4.5 *(Picture 4.5)*

[In English]

As shown in the picture 4.5, the Tamil vowel u (உ) starts with the eye and rises above touching the cap line as a curved stroke and falls down and turning to the opposite direction as a smaller curved stroke connecting the horizontal stroke sitting on the base line. Length of the horizontal stroke may be twice the length of right outer of the eye and left outer of the larger curved stroke. Little less or more is acceptable but the width of the siragu sign shall be considered in deciding the length of the horizontal stroke. Letter "ஊ" shall also be considered.

4.6 தமிழ் உயிரெழுத்து "ஊ" : Tamil Vowel ū (ஊ)

உயிரெழுத்து “உ” இற்கு அளிக்கப்பட்ட விளக்கங்கள் அப்படியே “ஊ” இற்கும் பொருந்தும். அதொடு “உ” இற்கு மேல் சிறகுக் குறியீட்டின் அமைவை படம்-4.6 இல் காணலாம். “உ” இன் சிறிய வளைகோட்டிற்கு நடுவாகச் செல்லும் அச்சுக்கும், மேலே கண்ணின் நடுவாகச் செல்லும் அச்சுக்கும் உள்ள உயரமே சிறகின் உயரமாக அமைவதைப் படத்தில் காண்க. கிடைக்கோட்டின் நீளம், பெரிய வளைகோட்டிற்கும் சிறகிற்கும் இடைவெளி விட்டும், சிறகை முழுமையாக உள்ளடக்கியும் அமைவதைப் படம் விளக்குகிறது. சிறகுக் குறி “ள” என்ற எழுத்தில் இருந்து வேறுபட்டது. பல ஆண்டுகளாக அதைத் தவறாக நாம் எழுதி வருகிறோம். சிறகுக் குறியானது நடுவே நெடுங்கோடும், அது மேலே வளைகோடுகளாக இருபுறமும் பிரிவதும், முடிவு வளைவாகவே முடிதலும், தொடக்கம் சுழியாக இருப்பதுமாகும். பறவையின் இருபுறச் சிறகுகளை நினைவூட்டுவதாய் இருப்பதால் இது சிறகுக் குறியீடு என அழைக்கப்படுகிறது. சிறகின் தொடக்கம் சுழி என அழைக்கப்படுகிறது. கண் போல இருந்தாலும் அது கண் என அழைக்கப்படுவதில்லை. கண் என்ற பாகம் முதன்மை எழுத்துக்கே பொருந்தும். உயிர்மெய்க் குறியீடு அல்லது துணைக்குறீயீட்டுக்குப் பொருந்தாது. ஆகவே சுழி என்ற பாகமாகக் குறிக்கப்பட்டுள்ளது. அதொடு கண், சுழி என்ற இரண்டு பாகங்களும் ஒரே எழுத்தில் அமைவதால் இரண்டையும் வேறுபடுத்திக் காட்ட வேண்டியும் இருக்கிறது; (எ-டு “ஓ”). சிறகுக் குறியின் வடிவத்தை

மாற்றாமல், இன்னும் சற்றுப் பெரிதாகவும் செய்தல் சரியே. சிறிய மாற்றங்களுடன் அதைச் செய்யலாம்.

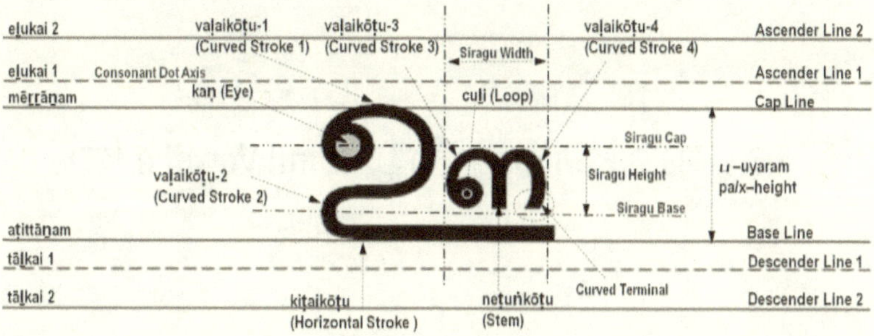

படம்-4.6 (Picture 4.6)

[In English]

Descriptions for Letter "உ" applies to "ஊ" as well. In addition, there is a sign by name siragu makes up the letter "ஊ" as shown in the picture 4.6. The height between the center of the eye and the center of the smaller curved stroke is the recommended design of the height of the siragu sign. The base of siragu sits on the center of smaller curved stroke of "உ". From the picture it can be seen that there is the required gap between the larger curved stroke and siragu, and the horizontal stroke is of the length that accomodates siragu within. Siragu is different from the shape of letter ள. We are writing it wrong for years. With the stem on the center, siragu has two curved strokes opening up and falling down both sides resembling a bird's wings. It should be noted that the siragu starts with the loop. This loop is not a eye. Eye is applicable only for primary letters and not for supporting signs. Besides eye and loop both can occur in a same letter like "ஓ". Siragu sign can also be enlarged a bit without altering its shape.

4.7 தமிழ் உயிரெழுத்து "எ" : Tamil Vowel e (எ)

உயிரெழுத்து “எ” அடித்தானத்தைத் தொட்டிருக்கும் கண்ணில் இருந்து வளைகோடாக *(வளைநேர்கோடாக)* மேலெழுந்து மேற்றானத்தில் நெடுங்கோட்டுடன் இணைகிறது. அவ்விடத்தில் இருந்து மூக்குப் பாகம் நீளுகிறது. பார்க்க படம் *4.7.*

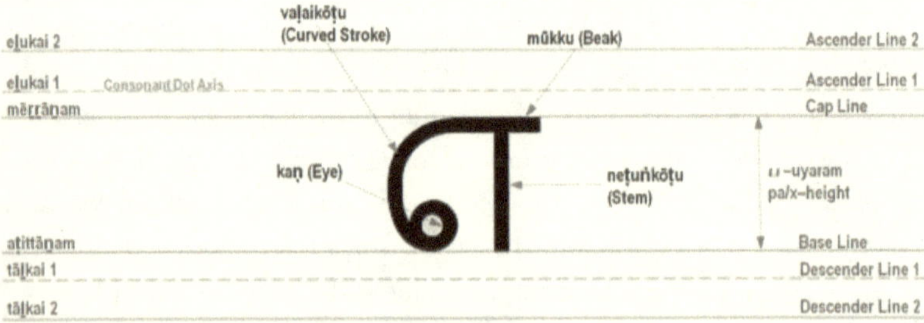

படம்-4.7 (Picture 4.7)

[In English]

The Tamil vowel e (எ) starts with the eye touching the base line and rises as a curved stroke (curvilinear stroke) joining with the stem. From that point the beak extends. Picture 4.7 explains letter e (எ).

4.8 தமிழ் உயிரெழுத்து "ஏ" : Tamil Vowel ē (ஏ)

உயிரெழுத்து "எ" இற்கு அளிக்கப்பட்ட விளக்கங்கள் அதன் நெடிலான "ஏ" இற்கும் பொருந்தும். அதொடு கூடுதலாக, படம்-4.8 இல் காட்டியவாறு அடித்தானத்தில், நெடுங்கோட்டில் இருந்து சாய்கோடு தாழ்ந்து முன்னோக்கி வரும். அது தாழ்கை-1 வரை செல்லும். இந்தச் சாய்கோடு எழுத்தின் தொடக்க எல்லையைத் தாண்டக் கூடாது. சாய்கோடு உருவாக்கும் கோணம் 20-30 பாகை இருக்கலாம்.

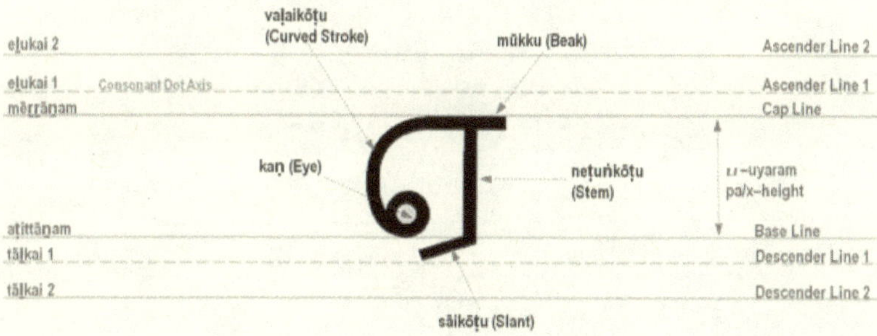

படம்-4.8 (Picture 4.8)

[In English]

The descriptions of letter-"எ" is applicable here for "ஏ" too. In addition, in "ஏ" at the base line from the stem a slant drops down till descender line-1 and moves towards the front as shown in the picture 4.8. The slant shall not go long behind the letter. The angle the slant can make can be 20-30 degrees.

4.9 தமிழ் உயிரெழுத்து "ஐ" : Tamil Vowel ai (ஐ)

படம் 4.9 இல் தோன்றியவாறு, உயிரெழுத்து "ஐ" தாழ்கை-1 அச்சில் அமர்ந்து மேலே எழுகை-1 அச்சு வரை உயர்கிறது. கண்ணில் தொடங்கி மேலெழுந்து எழுத்தின் வலத்தில் ஒரு தோளும் இடத்தில் ஒரு தோளும் ஒன்றுக்கொன்று இணைந்திருக்கின்றன. இடது தோள் வளைகோடாகச் சரிந்து முன்னோக்கி தொடக்க எல்லைவரை சென்று எதிர்திசையில் திரும்புமாறு அமைய, மேல்நோக்கும் அரைவட்டம் போன்ற வளைகோடு உருவாக, அதைத் தொட்டுக்கொண்டே இன்னொரு மேல்நோக்கு அரைவட்டம் போன்ற வளைகோடும் உருவாகி எழுத்து அமைகிறது.

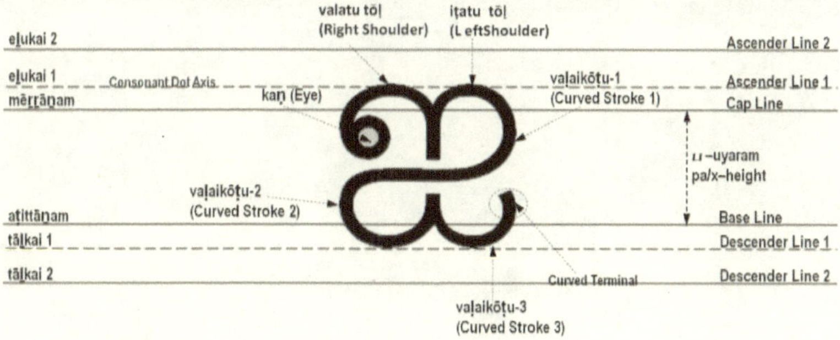

படம்-4.9 (Picture 4.9)

[In English]

Tamil vowel "ஐ" sits on descender line-1 and rises up to ascender line-1 as shown in the picture 4.9. The letter starts with the eye and rising up till the ascender line-1 as right shoulder and further joining a left shoulder from where a curved stroke-1 descends moving towards the start of the letter. This stroke joins a half-circle like curved stroke facing upwards that further joins another curved stroke of same shape.

4.10 தமிழ் உயிரெழுத்து "ஒ" : Tamil Vowel o (ஒ)

உயிரெழுத்து "ஒ" இன் கண் அடித்தானத்திற்குச் சற்றே மேலிருப்பது காண்க. அங்கிருந்து எழுகின்ற வளைகோடு எழுகை-1 அச்சைத் தொட்டுக் கீழிறங்கி ஒரு பெரிய அரைவட்டம் போல காட்சி தருவதொடு இறுதியில் மேல் நோக்கிச் சுழித்துக் கொள்கிறது. இந்தச் சுழிப்பை அடித்தானத்தில் உருவாகும் தாழ்கோட்டுடன் அண்டு இணைக்கிறது. (அண்டு என்றால் அண்டுதல் என்று பொருளாவதோடு, சங்கிலியின் ஓர் அலகு.) தாழ்கோடு தாழ்கை-1 வரை கீழிறங்குகிறது. மேலெழுந்தால் அது அடித்தானம் வரை மட்டுமே உயரும். மேலேயிருக்கும் பெரிய வளைகோட்டின் அகலமே எழுத்தின் அகலமாவதால், தாழ்கோட்டின் தொடக்கம் அந்த அகலத்திற்குள் அடங்கி இருத்தல் வேண்டும். காண்க படம்-4.10.

அடித்தானத்திற்கும் கண்ணின் நடுப்புள்ளிக்கும்மான இடைவெளி ப-உயரத்தில் மூன்றில் ஒரு பங்காகும்.

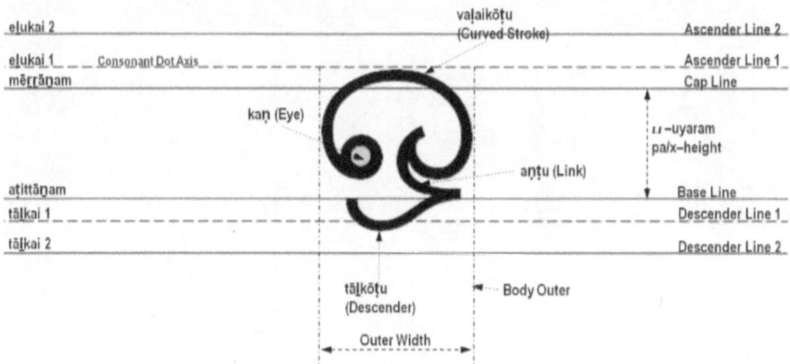

படம்-4.10 (Picture 4.10)

[In English]

The eye of the vowel letter "ஒ" is starting just above the base line and the curved stroke moves all the way up to ascender line-1 and drops down as a larger portion of a circle as shown in picture 4.10. However it ends with a open loop at the end of the curve from where a link connects a descender. The descender touches descender line-2 and rises up till the the base line.

(Height of the eye centre from the base line is one third of ex-height)

4.11 தமிழ் உயிரெழுத்து "ஓ" : Tamil Vowel ō (ஓ)

உயிரெழுத்து “ஒ” இன் விளக்கங்களோடு படம் 4.11 இல் காட்டியவாறு கூடுதலாக “ஓ” நெடிலைக் குறிக்க முடிவில் சுழியைக் கொண்டுள்ளது. கண்ணும் சுழியும் ஒரே எழுத்தில் வருவதையும் அளவில் வேறுபட்டிருப்பதையும் காண்க; இரண்டும் வருமிடத்து சுழி கண்ணை விட சிறியதாக இருத்தல் நன்று.

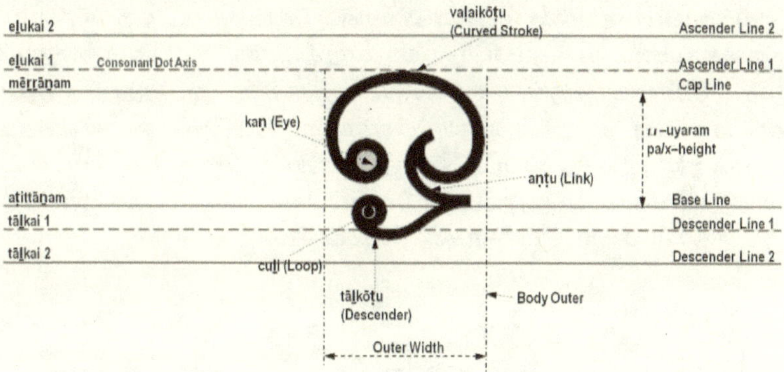

படம்-4.11 *(Picture 4.11)*

[In English]

In addition to the description of the letter-“ஒ”, the long “ஓ” has a loop at the end as shown in picture 4.11. Both eye and loop occurs in the same letter, and it is a good practice to have the loop smaller than the eye.

4.12 தமிழ் உயிரெழுத்து "ஔ" : Tamil Vowel au (ஔ)

எழுத்து-"ஒ" என்ற குறிலை எழுதி அதைத் தொடர்ந்து சிறகு என்ற துணைக் குறியீட்டை எழுதினால் அது தமிழ் உயிரெழுத்து "ஔ" என ஆகிறது. காண்க படம்-4.12. சிறகு என்ற குறியீட்டைப் பற்றி எழுத்து-"ஊ" இல் (பகுதி-4.6) விளக்கம் உள்ளது. எழுத்து-"ஒ" இல் அண்டின் (*link*) இரு எல்லைகள் சிறகின் உயரமாகின்றன. சிறகை வடிவமைக்கும்போது ஊ-காரத்தையும் ஔ-காரத்தையும் விதிகளின்படி ஒருங்காக வடிவமைத்தல் நன்று. இது சிறகைச் சரியாக வடிவமைக்க உதவும். எழுத்து-"ஒ" இற்கான விளக்கம் பகுதி-4.10 இல் தரப்பட்டுள்ளது காண்க. சிறகுக் குறியீட்டை அடித்தானத்தில் இருந்த அண்டுவின் வெளிக்கோட்டின் அளவில் முடித்தால் சற்று பெரிதாகக் கிடைக்கும்.

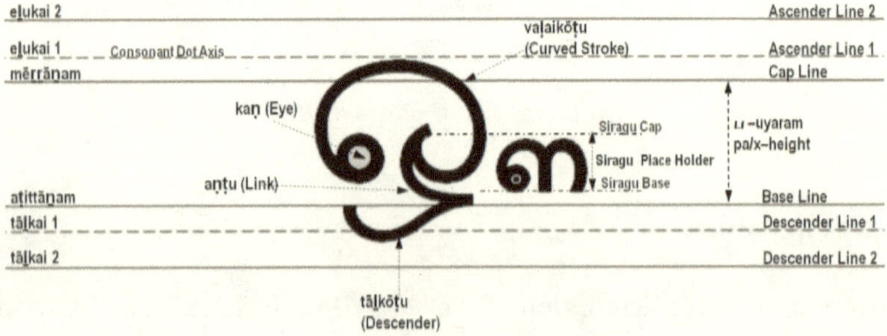

படம்-4.12 (*Picture 4.12*)

[In English]

Writing the short "ஒ" followed by the siragu sign becomes Tamil vowel "ஔ" as shown in picture 4.12. Siragu sign is explained as part of letter-"ஊ" in section 4.6. In the letter-"ஒ" the vertical height between the ends of the link is considered as siragu sign's height. Designing Letter-"ஊ" and Letter-"ஔ" together considerinig each other wil be a good practice and that will help designing siragu meticulously. Description for Letter-"ஒ" can be seen in section 4.10.

Starting the siragu sigh on the base line and rising up to the outer thickness of the link will provide slightly begger sign.

அத்தியாயம் 5. தமிழ் ஆய்தம் [1] (ஃ)
Chapter 5. Tamil āytam [1] (ḵ)

தமிழ் நெடுங்கணக்கில் ஓர் ஆய்த எழுத்து உண்டு. முக்கோண வடிவில், ப-உயரத்தில், வலது புள்ளி, மேற்புள்ளி, இடது புள்ளி என மூன்று புள்ளிகளால் ஆனது ஆய்த எழுத்து-"ஃ". வலது இடது புள்ளிகள் அடித்தானத்தில் அமர்வது போலத் தொடுகின்றன. மேற்புள்ளி மேற்றானத்தைத் தொடுகிறது, இந்த மூன்று புள்ளிகளும் சமபக்க முக்கோணமாக அமைவது நன்று. காண்க படம்-5.0. அதாவது புள்ளிகளை இணைக்கும் முக்கோணத்தின் கோடுகள் 60 பாகைகளாக இருக்கும். புள்ளிகளை வளையங்களாக, நிரப்பாத வட்டமாக எழுதுவது குற்றம்.

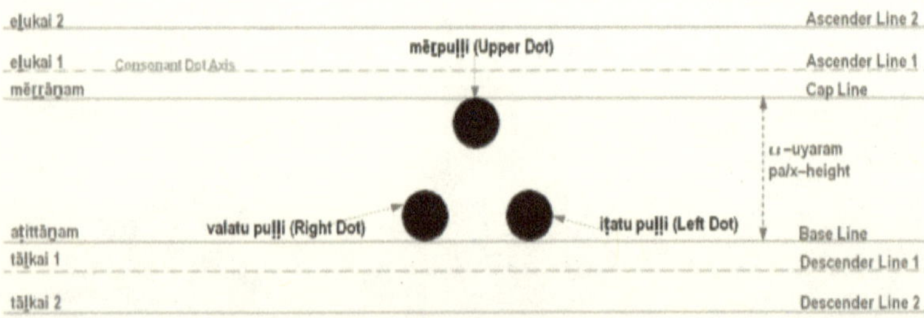

படம்-5.0 *(Picture 5.0)*

[In English]

Tamil has one āytam letter which is described here. In triangular form, in the pa-height / x-height, three dots viz. right dot, upper dot and left dot make up the letter-"∴" as shown in picture 5.0. The left and right dots touch the baseline, and the upper one touches the cap line. It is the best practice to design the āytam letter in such a way that the interior angles of the dots form 60 degrees representing an equilateral triangle. Writing or creating fonts replacing dots with rings is a major error.

அத்தியாயம் 6. தமிழ் மெய்யெழுத்துகள் [18]
Chapter 6. Tamil Consonants [18]

தமிழின் மெய்யெழுத்துகள் இப்பகுதியில் விவரிக்கப்படுகின்றன. அனைத்து மெய்யெழுத்துகளுக்கும் பொதுவான மெய்ப்புள்ளி, எழுகை-1 என்கிற மெய்ப்புள்ளி அச்சின் மீது அமரும். அதில் மெய்ப்புள்ளியை எங்கே இடுவது? எழுத்தின் அகலத்தின் நடுவில் புள்ளி வைக்க வேண்டும். சில அடவுத்தேவைகளைக் கருதி இடம் அல்லது வலமாக ஒரு 5% தள்ளியிருந்தால் ஏற்புடையதே. இனி ஒவ்வொரு எழுத்தும் தனியே விவரிக்கப்படும்.

[In English]

18 Tamil consonants are described here in this section. The common aspect is the dot above the core letter. Consonant dots are placed on the ascender line-1 axis a.k.a consonant dot axis. It is placed on the center of the body of the letter. For design reasons a 5% of tolerance is acceptable. Individual letters will be explained henceforth.

6.1 தமிழ் மெய்யெழுத்து "க்" : Tamil Consonant k (க்)

வலது நெடுங்கோடு இடது நெடுங்கோடு இவை இரண்டையும் குறுக்கு இணைத்து எழுத்தின் மேற்பகுதி உருவாகிறது. இந் நெடுங்கோடுகள் கிண்ணி என்ற கீழ்ப்பகுதியோடு இணைந்து கொள்ள, எழுத்தின் தலையில் இருந்து மூக்கு நீட்சியடைய, இடது நெடுங்கோடும் கிண்ணியும் சேரும் இடத்திலிருந்து அரைவட்டம் போன்ற வளைகோடு எழுத்தின் வலப்பகுதியை நோக்கியே அமைகிறது. இந்த வளைகோடு, எழுத்தின் முடிவில் திறந்திருப்பதைக் காண்க. நேர்கோடுகளால் ஓரடைப்பும் கிண்ணியால் ஓரடைப்பும் உருவாகின்றன. மெய்ப்புள்ளியைப் பற்றி மேலேயே பொதுவிளக்கம் தரப்பட்டுள்ளது. அடிப்படை எழுத்து அடித்தானத்திற்கும் மேற்றானத்திற்கும் இடையே அமைய மெய்ப்புள்ளி ஏறி படம்-6.1 இல் உள்ளவாறு வல்லின மெய்யெழுத்து-“க்” அமைகிறது.

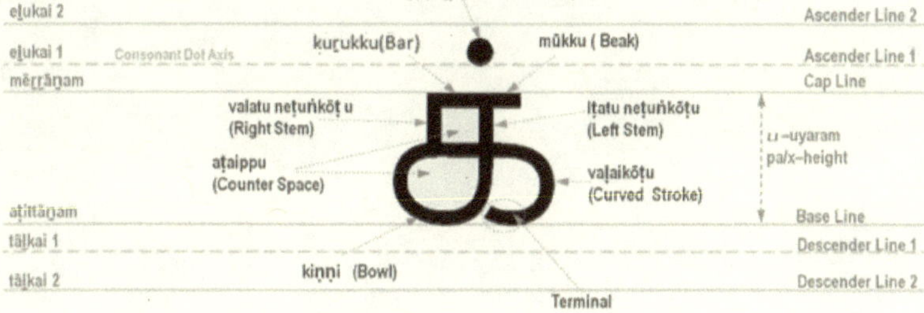

படம்-6.1 *(Picture 6.1)*

[In English]

Right and left stems are connected by a bar forming the upper portion of the letter. Bowl the bottom portion of the letter joins with the stems. From the head of the letter beak extends and from the joint of left stem and bowl a half-circle like curved stroke forms facing the right part of the letter. The curved stroke ends open. The core letter forms between the base line and cap line and gets consonant dot on top of it creating hard consonant letter-"க்" as depicted in picture 6.1.

6.2 தமிழ் மெய்யெழுத்து "ங்" : Tamil Consonant ṅ (ங்)

படம்-6.2 இல் உள்ளவாறு வலது நெடுங்கோட்டையும் தொங்குகோடொன்றையும் குறுக்கு இணைக்க அது எழுத்தின் மேல் பகுதியாகிறது. அதேபோல இடது நெடுங்கோட்டொடு ஒரு குறுக்கு இணைய அது கீழ்ப் பகுதியாகிறது. இரண்டு பகுதிகளையும் அண்டு இணைக்கிறது. தலைப்பகுதியில் மூக்கின் நீட்சி ஏற்படுகிறது. மெய்ப்புள்ளியோடு இது மெல்லின மெய்யெழுத்து-"ங்" ஆகிறது. குறுக்கு-2 இன் நீளம் குறுக்கு-1 இன் நீளம் + மூக்கின் நீளம் ஆக இருக்கலாம்.

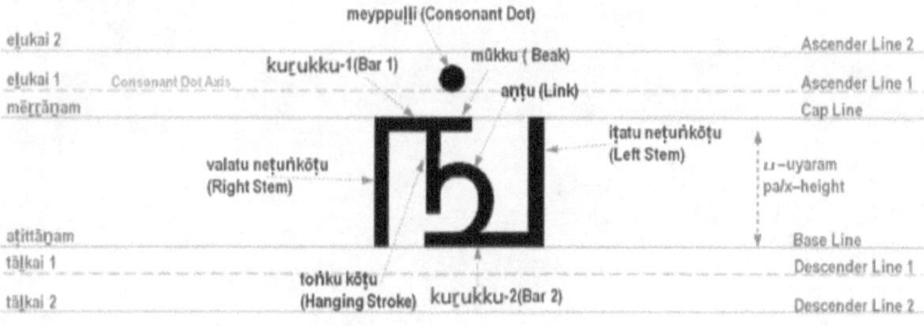

படம்-6.2 (Picture 6.2)

[In English]

As the picture 6.2 shows the right stem and a hanging stroke are joined by a bar forming an upper part of the letter. Similarly the left stem connects with a bar forming the lower part. Both the parts are connected by a link. A beak extends from the top. With the consonant dot on the top the soft consonant-"ங்" is formed. The length of bar-2 can be the sum of the lengths of bar-1 and beak.

6.3 தமிழ் மெய்யெழுத்து "ச்" : Tamil Consonant c (ச்)

வல்லின மெய்யெழுத்து “க்” இற்கு பகுதி-*6.1* இல் கூறப்பட்ட விளக்கங்கள் வல்லின மெய்யெழுத்தான “ச்” இற்கும் பொருந்தும். ஒரே ஒரு வேறுபாடு என்னவெனில், “க்” இல் இடது நெடுங்கோடும் கிண்ணியும் சேரும் இடத்தில் இருந்து வளைகோடு வளரும். “ச்” இல் வளைகோட்டுக்குப் பதிலாக கரம் ஒன்று நீளும். கரமானது மூக்கின் அளவுக்கோ அல்லது அதற்கு உள்ளடங்கியோ இருத்தல் நன்று. எழுத்தின் இடைப்பாகத்தில் இருந்து நீள்வதால் அந்தப் பாகம் கரம் எனப்படுகிறது. காண்க படம் *6.3.*

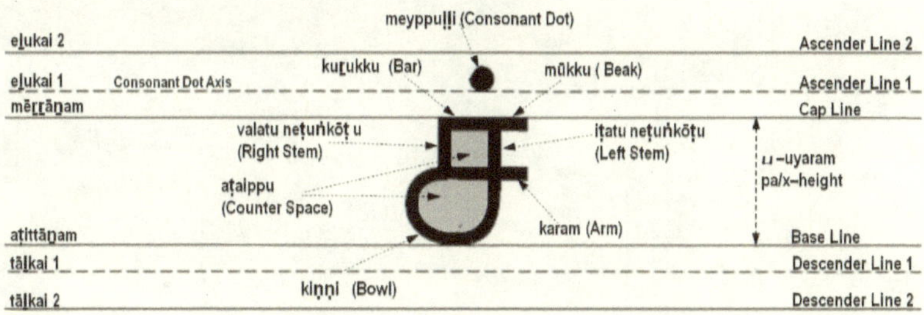

படம்-*6.3 (Picture 6.3)*

[In English]

The description for the hard consonant "க்" in section 6.1 is applicable to "ச்" also with the only difference that instead of a curved stroke developing from the bowl and left stem joint, an arm extends as shown in the picture 6.3. As it extends from the middle of the body, the part is called as arm. The arm may extend till the level of the beak or well within it.

6.4 தமிழ் மெய்யெழுத்து "ஞ்" : Tamil Consonant ñ (ஞ்)

உயிரெழுத்து "எ" இற்கு, பகுதி *4.7* இல் அளித்த விளக்கங்கள் மெய்யெழுத்து "ஞ்" இற்கும் பொருந்தும். அதற்கு மேல் மெய்ப்புள்ளியும் காதும் பெற்றுவருவது படம்-*6.4* இல் உள்ளவாறு மெல்லின மெய்யெழுத்து "ஞ்" ஆகும். காது வலது எல்லையைத் தாண்டாது (காண்க படம்). காது தாழ்கை-*2* அச்சு வரை தாழ்வது காண்க. எழுத்தின் கோடுகளின் மொத்தம் (*thickness*) அல்லது வரிவடிவ அடர்த்தியைப் பொறுத்து தாழ்கை-*1* அச்சில் அமைக்க முடிந்தாலும் ஏற்கத்தக்கதே.

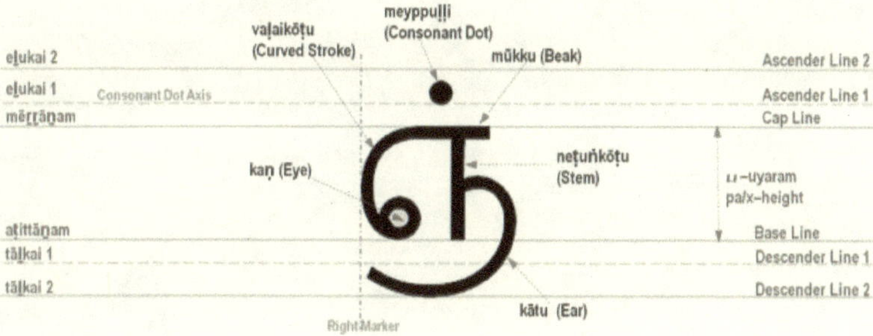

படம்-*6.4* (*Picture 6.4*)

[In English]

Descriptions given for the vowel "எ" in section 4.7 is applicable for the consonant "ஞ்" too. In addition a dot above is added on "எ" along with a ear creating the soft consonant "ஞ்" as depicted in the picture 6.4. The ear does not cross the right marker as it can be seen in the picture. Ear drops down till the descender line-2. It is acceptable to have it dropping to descender line-1 depending on the thickness of stroke of the script.

6.5 தமிழ் மெய்யெழுத்து "ட்" : Tamil Consonant ṭ (ட்)

படம்-6.5 இல் உள்ளபடி வல்லின மெய்யெழுத்து-"ட்" மிக எளிமையாக நெடுங்கோட்டையும், அதனடியில் தொடங்கும் கிடைக்கோட்டையும் கொண்டு மெய்ப்புள்ளி பெற்று அமைகிறது. ட-கரம் பற்றி இந்நூலின் பகுதி-1 இல் பல செய்திகள் பேசப்பட்டுள்ளன. கல்பாக்கம் அணுமின் நிலையத்தில் தரவாய்வில் *(data analyst)* பணியாற்றிய முனைவர் சு.சீனிவாசன் தமது தமிழ் ஆய்வில் தமிழ் எழுத்துகள் ஒவ்வொன்றும் அச்சாகும் போது எடுத்துக்கொள்ளும் நீளம் / அகலம் பற்றிய ஓர் ஆய்வைச் செய்தார். ("தமிழ்மொழியின் கட்டமைப்பு பண்பு உறவுகளை ஆய்வு செய்தல்: ஒரு தகவல் கோட்பாட்டு அணுகுமுறை" என்ற அவரின் நூலின் 61 ஆம் பக்கத்தைக் காண்க"). அதில் நிரவலாக *(average)* "ப" எழுத்தின் அகலம் 2.463 மி.மீ இருப்பதையும் "ட" எழுத்தின் அகலம் 2.813 மி.மீ இருப்பதையும் கண்டார். இது ட-கர அகலம் ப-கர அகலத்தை விட 1.142 மடங்கு அதிகம் இருப்பதாகும். இந்த ஆய்வின் அடிப்படையிலும் பல்வேறு கூறுகளைக் கருத்தில் கொண்டும் ட-கர அகலம், அதாவது ட-கரத்தின் கிடைக்கோடானது அதன் நெடுங்கோட்டைப் போல 1.2 +/- 0.05 மடங்கு இருக்க வேண்டும் என்று பரிந்துரைக்கப் படுகிறது. ப-கரத்தின் நெடுங்கோடும் கிடைக்கோடும் ஒரே அளவின.

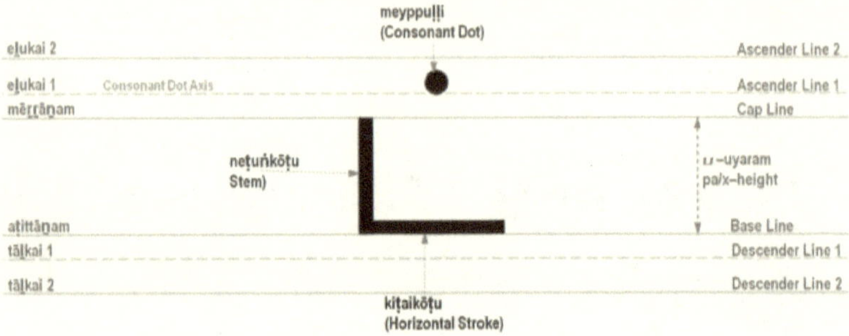

படம்-6.5 (Picture 6.5)

[In English]

A stem and a horizontal line starting from the base of the stem along with the consonant dot forms the hard consonant letter-"ட்" as shown in picture 6.5. The section 1 of this book discusses various issues related to the letter-"ட". Dr.S.Srinivasan a data analyst who was working in Atomic Power Plant at Kalpakkam researched the width / length each letter occupies when printing. Please refer to page 61 of his book *"தமிழ்மொழியின் கட்டமைப்பு-பண்பு உறவுகளை ஆய்வு செய்தல்: ஒரு தகவல் கோட்பாட்டு அணுகுமுறை."* He found that the letter-"ப" occupied 2.463 mm on an average and the letter -"ட" 2.813 mm. Therefore the ratio of the horizontal line to vertical line becomes 1.142. Based on this research and several other aspects, it is recommended that the horizontal line of letter-"ட" is 1.2 +/- 0.05 times of vertical line. The stem and horizontal line of the letter-"ப" are equal in size.

6.6 தமிழ் மெய்யெழுத்து "ண்" : Tamil Consonant ṇ (ண்)

அடித்தானம் மேலமர்ந்த கண்ணில் தொடங்கி, வளைகோடு மேற்றானத்தைத் தொட்டு முதற்சுழியோடு இணைகிறது. ஓர் அண்டு இதனை இரண்டாவது சுழியோடு இணைக்க, அதன் முடிவில் தொடங்கும் வளைகோடு (வளைநேர்கோடு) ப-உயர நெடுங்கோட்டில் இணைக்கிறது. அந்த இணைப்பில் இருந்து மூக்கின் நீட்சி அமைகிறது. இந்த அமைப்பு மெய்ப்புள்ளி பெற மெல்லின மெய்யெழுத்து-“ண்” உருவாகிறது *(படம்-6.6).*

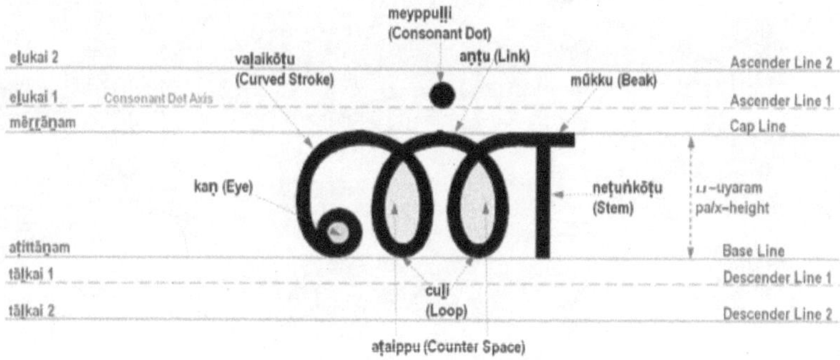

படம்-6.6 (Picture 6.6)

[In English]

Starting from the eye sitting on the base line, a curved stroke rises and touches the cap line, and drops to join with the first loop. The first and second loops are connected by the link. End of the second loop is a curvilinear line joining with the x-height stem. From the joint the beak extends. Along with the consonant dot the soft consonant letter-"ண்" is formed (picture 6.6).

6.7 தமிழ் மெய்யெழுத்து "த்" : Tamil Consonant t (த்)

பகுதி *6.1* இல் வல்லின மெய்யெழுத்து "க்" இற்குக் கூறப்பட்ட விளக்கங்கள் வல்லின மெய்யெழுத்தான "த்" இற்கும் பொருந்தும். வேறுபாடு என்னவெனில், "க்" இல் இடது நெடுங்கோடும் கிண்ணியும் சேரும் இடத்தில் இருந்து வளைகோடு வளரும். "த்" இல் வளைகோட்டுக்குப் பதிலாக சற்றே வளைந்த தாழ்கோடு தாழ்கை-*1* அச்சு வரை தாழும். காண்க படம் *6.7*. தாழ்கோடு முன்னோக்கித் தாழினும் எழுத்தின் வலது எல்லைக்குள்ளேயே நிறைவுறும்.

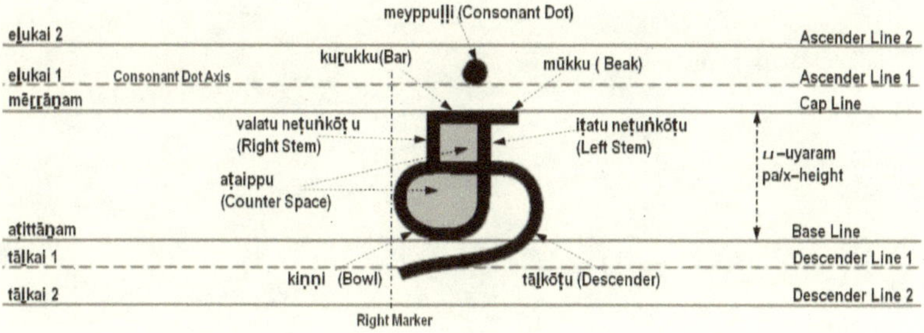

படம்-*6.7* *(Picture 6.7)*

[In English]

The description in section 6.1 for the hard consonant "க்" is applicable to "த்" also with the only difference that instead of a curved stroke developing from the bowl and left stem joint, a curved descender drops down till descender line-1 and stops within the right marker of the letter (picture 6.7).

6.8 தமிழ் மெய்யெழுத்து "ந்" : Tamil Consonant n (ந்)

படம் 6.8 இல் கண்டவாறு, வலது இடது நெடுங்கோடுகள், அவற்றை இணைக்கும் குறுக்கு, அந்தத் தலைப்பகுதியில் நீளும் மூக்கு, இடது நெடுங்கோட்டில் தொடங்கி சற்றே வளைந்த தாழ்கோடு தாழ்கை-1 அச்சு வரை தாழ்ந்து, எழுத்தின் வலது எல்லைக்குள் நிறைவுற மெய்ப்புள்ளி பெற்று தமிழ் மெல்லின மெய்யெழுத்து-"ந்" உருவாகிறது.

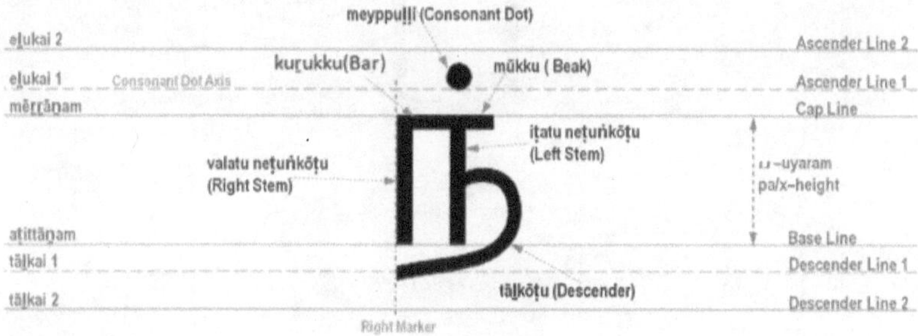

படம்-6.8 (Picture 6.8)

[In English]

As shown in picture 6.8, right and left stems are connected by a bar, and from the top the beak extends. A descender develops from the left stem and drops down till descender line-1 and ends just before the right marker as shown in the picture. Adding a consonant dot to this creates the soft consonant letter-"ந்".

6.9 தமிழ் மெய்யெழுத்து "ப்" : Tamil Consonant p (ப்)

கிடைக்கோட்டின் வலது இடது புறங்களில் நெடுங்கோடுகள் அமைய மெய்ப்புள்ளி பெற்று வல்லின மெய்யெழுத்து "ப்" ஆகிறது. நெடுங்கோட்டின் உயரமும் கிடைக்கோட்டின் நீளமும் ஒரே அளவின. ஓரோர் சமயம் நெடுங்கோடு கிடைக்கோட்டைவிட சிறிது வேறுபட்டு இருந்தால் (+ / - 5%) ஏற்புடையதே *(படம் 6.9)*.

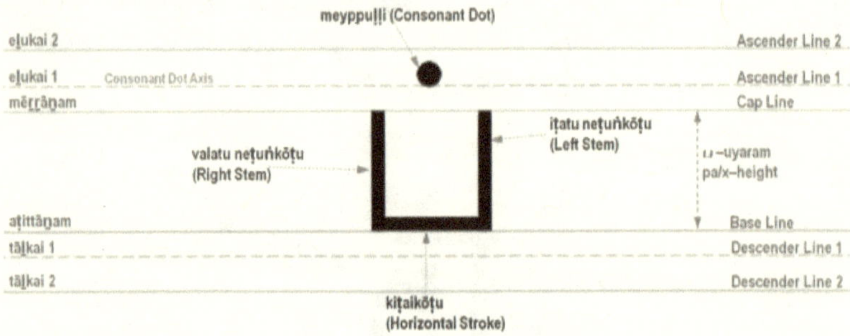

படம்-6.9 (Picture 6.9)

[In English]

Two stems rise on the horizontal line and gets consonant dot that makes the hard consonant letter-"ப்". Stems are equal in size and also equal to the length of the horizontal line. If the stem varies the length of horizontal line a bit (+ / - 5%), it is still acceptable (picture 6.9).

6.10 தமிழ் மெய்யெழுத்து "ம்" : Tamil Consonant m (ம்)

கிடைக்கோட்டின் வலது புறத்தில் நெடுங்கோடும், இடதுபுறத்தில் கிண்ணியும் எழுந்து மெய்ப்புள்ளி பெறுவது மெல்லின மெய்யெழுத்தான “ம்” ஆகும் *(படம் 6.10)*. ப-உயரத்தில் நெடுங்கோடும் எழுத்தின் மொத்த அகலமும் அமைவது சிறப்பு. கிண்ணியின் வளைகோட்டின் வளைவின் தன்மையைப் பொறுத்து ப-உயரத்தைவிட *10%* வரை அதிகமாக அகலம் அமைவதும் ஏற்கத்தக்கதே.

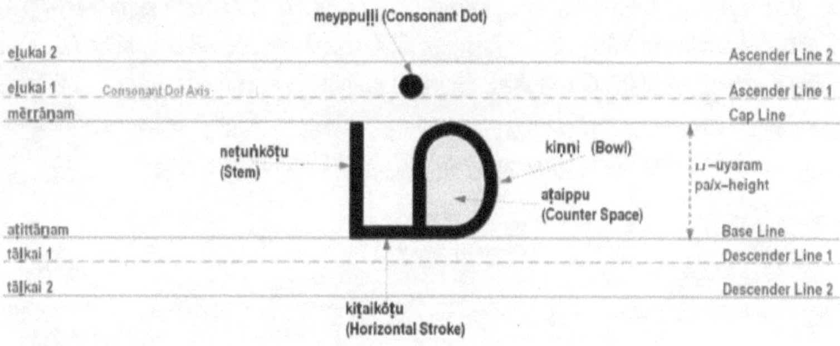

படம்-6.10 (Picture 6.10)

[In English]

A stem on the right and a bowl on the left rise on a horizontal line. Adding a consonant dot forms a soft consonant letter-“ம்” (picture 6.10). The stem height and letter width equal the x-height. Considering the curvature of the bowl the letter width may vary up to 1.1 times of x-height.

6.11 தமிழ் மெய்யெழுத்து "ய்" : Tamil Consonant y (ய்)

படம்-*6.11* இல் உள்ளபடி, அடித்தானத்தில், வலது நெடுங்கோட்டை நடுநெடுங்கோட்டுடன் அண்டு இணைக்க, நடுநெடுங்கோடு கிடைக்கோட்டால் இடது நெடுங்கோட்டுடன் இணைக்கப்பட்டு மெய்ப்புள்ளி பெற இடையின மெய்யெழுத்து-“ய்” உருவாகிறது. நெடுங்கோடுகள் மேற்றானத்தைத் தொடுகின்றன. கிடைக்கோட்டின் நீளம் எழுத்தின் மொத்த அகலத்தில் மூன்றில் இரு பங்காக இருத்தல் நன்று. மீதி ஒரு பங்கு வலது நெடுங்கோட்டுக்கும் நடுநெடுங்கோட்டுக்கும் உள்ள இடைவெளியாகும்.

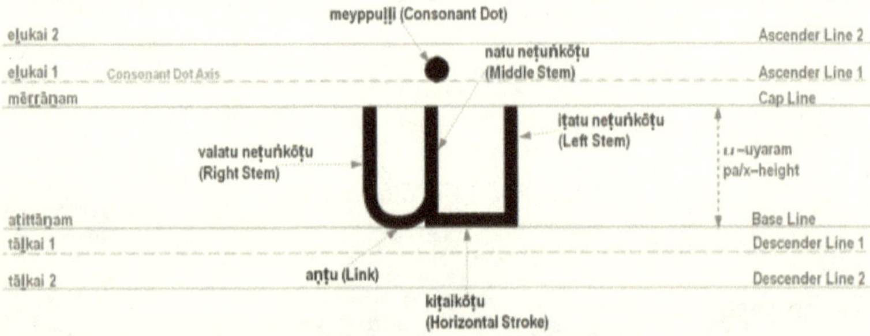

படம்-6.11 (Picture 6.11)

[In English]

On the base line the right stem connects with the middle stem through the link. The middle stem and the left stem are connected by a horizontal line. The stems touch the cap line. This core letter gets the consonant dot and becomes medium consonant letter-"ய்". The horizontal line's length is two third of the body width of the letter. The one third is the gap between the right and middle stems (picture 6.11).

6.12 தமிழ் மெய்யெழுத்து "ர்" : Tamil Consonant r (ர்)

வலது இடது நெடுங்கோடுகள், அவற்றை இணைக்கும் குறுக்கு, அந்தத் தலைப்பகுதியில் நீளும் மூக்கு, அடித்தானத்தில் இடது நெடுங்கோட்டில் தொடங்கும் சாய்கோடு தாழ்கை-1 அச்சு வரை தாழ்ந்து, மெய்ப்புள்ளி பெற்று தமிழ் இடையின மெய்யெழுத்து- “ர்” உருவாகிறது (படம்-6.12). ர-கரம் என்றால் சாய்கோடு இருக்க வேண்டும். சாய்கோடில்லா எழுத்தை ர-கரம் என்றல் குற்றம் ஆகும். ர-கரம் பற்றி பகுதி-1.8 இல் குறிப்பிட்டிருக்கும் செய்திகளையும் சேர்த்துப் பார்க்கவும்.

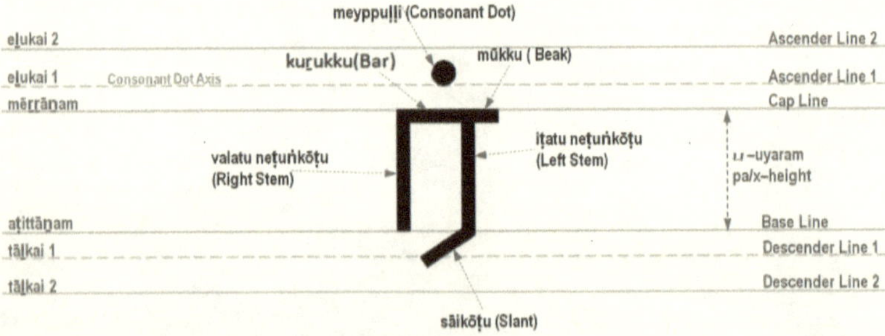

படம்-6.12*(Picture 6.12)*

[In English]

Two stems connected by the bar and from there extends the beak. From the left stem at the base line a slant descends till descender line-1. This form gets the consonant dot and becomes medium consonant letter- "ṟ" (picture 6.12). Slant is must for ra-series. Slantless letter is invalid. Additional information on ra-series can be seen in section 1.8.

6.13 தமிழ் மெய்யெழுத்து "ல்" : Tamil Consonant l (ல்)

படம் 6.13 இல் உள்ளவாறு, அடித்தானத்தில் கண்ணில் இருந்து தொடங்கி பெரியதொரு வளைகோடு மேற்றானம் வரை எழுந்து மீண்டும் அடித்தானம் வரை தாழ்கிறது. பின்னர் இன்னொரு பெரிய வளைகோடாக மேல் நோக்கித் திரும்பி மேற்றானத்தைத் தொடுகிறது. இது மெய்ப்புள்ளி பெற்று இடையின மெய்யெழுத்து-"ல்" உருவாகிறது.

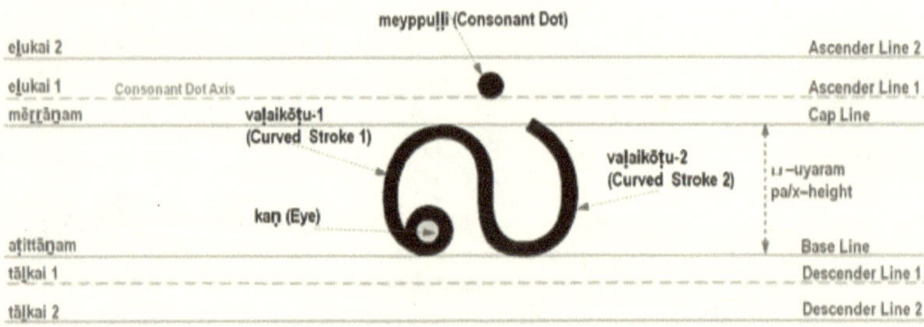

படம்-6.13(Picture 6.13)

[In English]

As shown in picture 6.13, the eye starts from the base line and rises as a large curved stroke till the cap line and drops down all the way back to the baseline. From there another large curved stroke rises up all the way again to cap line. Addition to this is a consonant dot that forms the medium consonant letter-"ல்".

6.14 தமிழ் மெய்யெழுத்து "வ்" : Tamil Consonant v (வ்)

அடித்தானத்தில் கண்ணில் இருந்து தொடங்கி பெரியதொரு வளைகோடு மேற்றானம் வரை எழுந்து மீண்டும் அடித்தானம் வரை தாழ்கிறது. இதன் முடிவில் கிடைக்கோட்டுடன் இணைந்து, பின்னர் அந்தக் கிடைக்கோட்டின் இடதுபுறம் நெடுங்கோடு மேற்றானம் வரை எழுந்து மெய்ப்புள்ளி பெற்று இடையின் மெய்யெழுத்து-"வ்" உருவாகிறது. காண்க படம் 6.14.

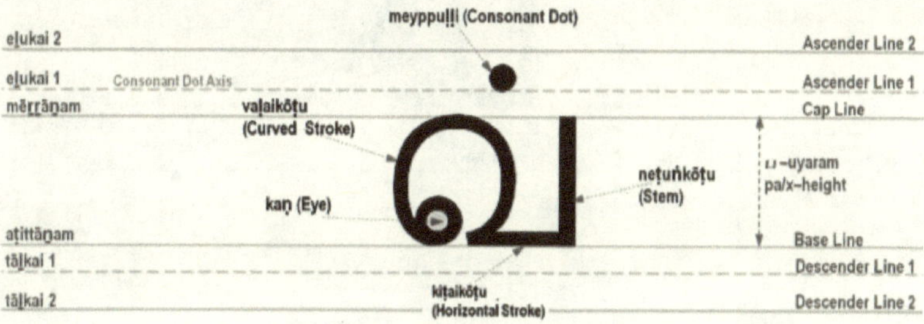

படம்-6.14(Picture 6.14)

[In English]

Eye starts from the base line and rises as a large curved stroke till the cap line and drops down all the way back to the baseline. The end of it joins with the horizontal line and on its left rises the stem up to the cap line. With a consonant dot it becomes the medium consonant letter-"வ்" as shown in picture 6.14.

6.15 தமிழ் மெய்யெழுத்து "ழ்" : Tamil Consonant ḻ (ழ்)

மெல்லின மெய்யெழுத்து- “ம்” இற்கு பகுதி *6.10* இல் அளித்த விளக்கங்கள் இங்கு “ழ்” இற்கும் பொருந்தும். மேலும், கூடுதலாக, கிடைக்கோடும் கிண்ணியும் சேரும் இடத்தையும் தாழ்கோட்டையும் ஓர் அண்டு இணைக்கிறது *(படம்-6.15)*. தாழ்கோடு எழுத்தின் வலது எல்லைக்குள் இருக்கும். இது இடையின மெய்யெழுத்து- “ழ்” ஐ உருவாக்குகிறது.

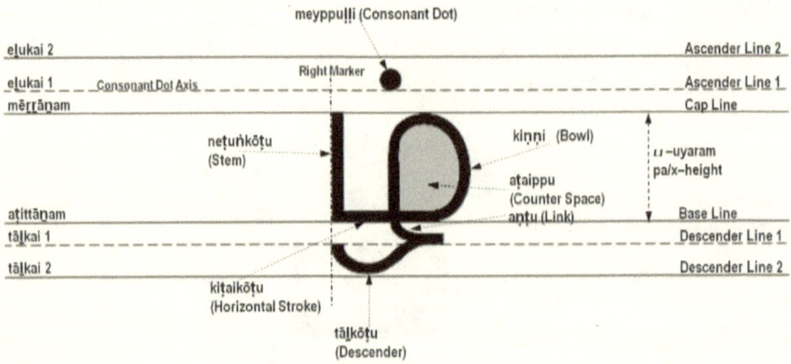

படம்-6.15(Picture 6.15)

[In English]

The description provided for the soft consonant letter- “ம்” is fully applicable for “ழ்” too. In addition, the link connects the descender and the point where the bowl and horizontal line meets (picture 6.15). The descender should not cross the right marker. Medium consonant letter-“ழ்” is formed thus.

6.16 தமிழ் மெய்யெழுத்து "ள்" : Tamil Consonant ḷ (ள்)

படம் *6.16* இல் கண்டவாறு, அடித்தானத்தில் கண்ணில் இருந்து தொடங்கி ஒரு வளைகோடு மேற்றானம் வரை எழுந்து சற்றே கீழிறங்கி வலது நெடுங்கோட்டில் ஓர் இடத்தில் சேர்கிறது. இந்த நெடுங்கோட்டை குறுக்கு இடது நெடுங்கோட்டோடு இணைக்க, மேற்பாகத்திலிருந்து மூக்கின் நீட்சி அமைகிறது. இதனோடு மெய்ப்புள்ளி சேர இடையின மெய்யெழுத்து-“ள்” அமைகிறது.

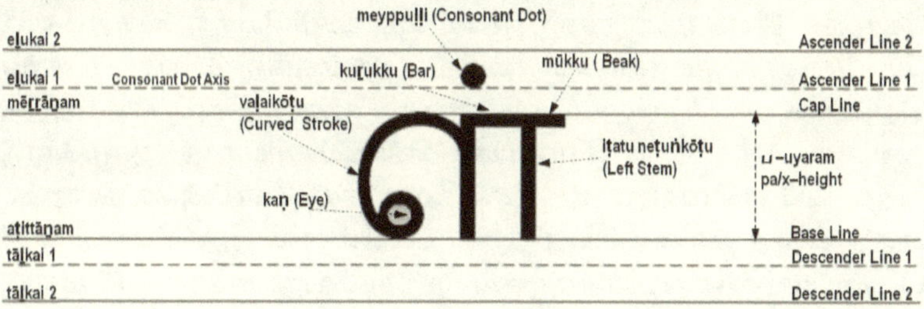

படம்-6.16(Picture 6.16)

[In English]

As presented in picture 6.16, from the eye on the base line the curved stroke rises up till the cap line and then drops slightly, and joins the right stem at some point. The right stem and the left are connected by a bar and from the top the beak extends. With a consonant dot it becomes the medium consonant letter-“ள்”.

6.17 தமிழ் மெய்யெழுத்து "ற்" : Tamil Consonant r̲ (ற்)

அடித்தானத்தில் இருந்து எழும் இடது நெடுங்கோட்டில் (நடு போலத் தெரியும்) வலது இடது என இரண்டு தோள்கள் ற-கரத்திற்கு உண்டு. இதில் வலது தோளுடன் வலது நெடுங்கோடும் இடது நெடுங்கோடும் இணைகின்றன. இடது நெடுங்கோட்டில் இடது தோளும் இணைந்திருக்க, அதன் தொடர்ச்சியாக, வளைகோடு மேலிருந்து அடித்தானம் வரை இறங்குகிறது. பார்ப்பதற்கு நெடுங்கோடு போலத் தெரிந்தாலும் வளைந்திருப்பதே அதன் தன்மை. அந்த வளைகோட்டின் தொடர்ச்சியாகத் தாழ்கோடு தாழ்கை-1 எல்லை வரை செல்கிறது. தாழ்கோட்டின் நிறைவுப் பகுதி வலது எல்லையைத் தாண்டுவதில்லை. இது மெய்ப்புள்ளி பெற்று வல்லின மெய்யெழுத்து-"ற்" ஆக உருவாகிறது (படம் 6.17).

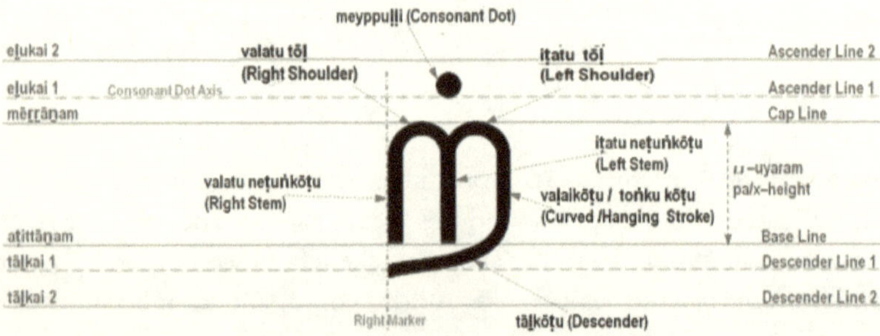

படம்-6.17(Picture 6.17)

[In English]

The hard consonant letter-"ற்" has two shoulders branching out from the left stem one to the left and other to the right. The right stem and the left stem are joined by the right shoulder. The left shoulder comes out of the left stem joins with the falling curved stroke and it further joins with the descender. The descender drops down to descender line-1 and stops at or before the right marker. With the consonant dot the hard consonant letter-"ற்" is formed (picture 6.17).

6.18 தமிழ் மெய்யெழுத்து "ன்" : Tamil Consonant ṉ (ன்)

படம் 6.18 இல் உள்ளபடி, எழுத்தானது அடித்தானத்தின் மேலமர்ந்த கண்ணில் தொடங்கி, வளைகோடு மேற்றானத்தைத் தொட்டு சுழியோடு இணைகிறது. சுழியின் முடிவில் தொடங்கும் வளைகோடு (வளைநேர்கோடு) ப-உயர நெடுங்கோட்டில் இணைக்கிறது. அந்த இணைப்பில் இருந்து மூக்கின் நீட்சி அமைகிறது. இந்த அமைப்பு மெய்ப்புள்ளி பெற மெல்லின மெய்யெழுத்து-"ன்" உருவாகிறது.

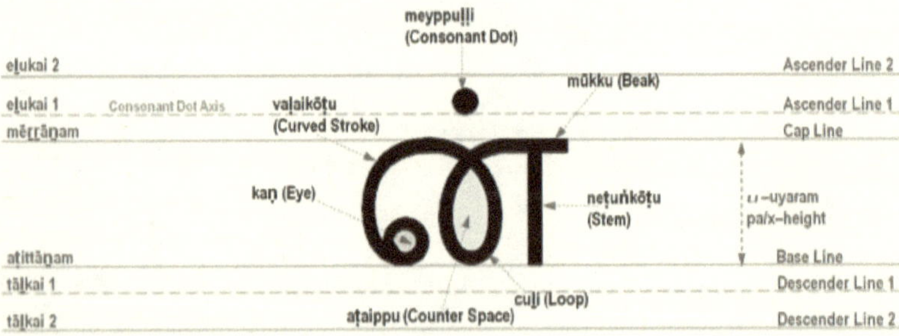

படம்-6.18(Picture 6.18)

[In English]

Starting from the eye sitting on the base line, a curved stroke rises and touches the cap line, and drops to join with the loop. End of the loop is a curvilinear line joining with the x-height stem. From the joint the beak extends. Along with the consonant dot the soft consonant letter-"ன்" is formed (picture 6.18).

அத்தியாயம் 7. தமிழ் உயிர்மெய்யெழுத்துகள்
Chapter 7. Tamil Composites

தமிழ் மொழியின் 31 எழுத்துகள் இதுகாறும் விவரிக்கப்பட்டன. இவ் எழுத்துகளில் இருந்து பிறக்கும் உயிர்மெய் எழுத்துகள் 216 ஆகும் (12 x 18). அடிப்படை உயிர், மெய் எழுத்துகளில் இருந்து உயிர்மெய் எழுத்துகள் பிறக்கின்றன. மெய்யெழுத்துகளின் வடிவங்களையே அடிப்படை எழுத்தாகக் கொண்டுள்ளன. மெய்யழுத்துகள் உருவாவது பற்றி ஏற்கனவே விவரிக்கப்பட்டுள்ளதால், உயிர்மெய் எழுத்துகளை முழுதாக விவரிப்பது கூறியது கூறலாக மாறிவிடும் என்பதால், உயிர்மெய்களின் குறியீட்டையும் விதப்பான செய்திகளையும் மட்டும் விவரிப்பது இப்பகுதியாகும். அச்சுகள் நன்கு பழக்கமானதால் அவற்றின் படவிவரிப்பும் பெயர்களைத் தவிர்த்து எளிமையாக இருக்கும்.

[In English]

Tamil language has 216 Composite letters (12 x 18). As the composites are born of vowels and consonants, and their basic shapes are consonant shaped, describing each and every composite letter will be more of repetition. Hence the specific facts and composite marking signs of the composite letters alone are discussed in this section. As we are used to the axes, basic axes without part names are used for simplicity.

7.1 உயிர்மெய் அகரவரிசை [18]
akaram Composites [18]

உயிர்மெய்களின் அகரவரிசை என்பது மெய்யெழுத்துகளோடு உயிரெழுத்தான "அ" சேர்வதால் உருவாகும் *18* உயிர்மெய் எழுத்துகளைக் குறிக்கிறது. எடுத்துக்காட்டாக, மெய்யெழுத்து "க்" + உயிரெழுத்து "அ" = உயிர்மெய்யெழுத்து "க". அகர உயிர் சேரும்போது மெய்யெழுத்தில் இருந்து மெய்ப்புள்ளி மறைந்து விடுவது அகர உயிர்மெய் ஆகும். அகர வரிசையின் *18* எழுத்துகளின் மெய்வடிவத்தில் இருந்து மெய்ப்புள்ளி மறைந்து படம் *7.1* இல் இருப்பது போல அகர உயிர்மெய் எழுத்தாக மாறும்.

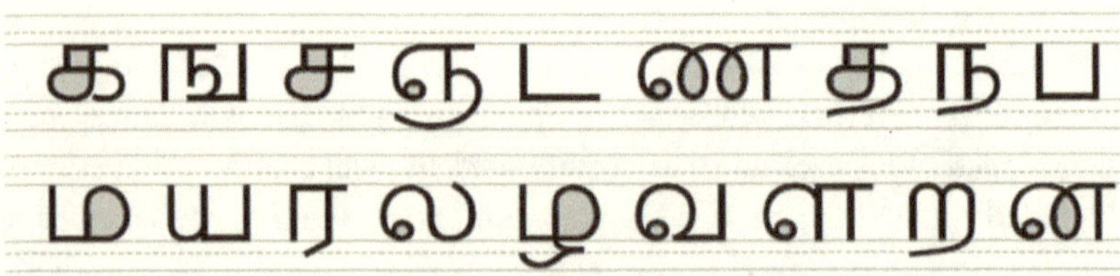

படம்-*7.1(Picture 7.1)*

[In English]

The *akaram* series of Tamil composite characters are obtained by the composition of the Tamil consonants with the vowel "a"(அ). For example, the consonant "k" (க்) + vowel "a"(அ) = composite "ka" (க). On becoming the composite, the consonant drops out the meyppuḷḷi (consonant dot) and stays with the remainder. This occurs for every character in the akaram series. Therefore, the anatomy of all the 18 letters in the *akaram* series is same as the 18 consonants, dropping the consonant dot and taking up the form as shown in picture 7.1.

7.2 உயிர்மெய் ஆகாரவரிசை [18]

ākāram Composites [18]

உயிர்மெய்களின் ஆகாரவரிசை என்பது மெய்யெழுத்துகளோடு நெடில் உயிரெழுத்தான "ஆ" சேர்வதால் உருவாகும் 18 உயிர்மெய் எழுத்துகளைக் குறிக்கிறது. எடுத்துக்காட்டாக, மெய்யெழுத்து "க்" + நெடில் உயிரெழுத்து "ஆ" = நெடில் உயிர்மெய்யெழுத்து "கா". மெய்யுடன் ஆகார உயிர் சேரும்போது மெய்வடிவத்தில் இருந்து புள்ளி மறைந்து, கால் "ா" என்ற உயிர்மெய்க் குறியீடு சேர்ந்து ஆகார உயிர்மெய் எழுத்துகளாகின்றன.

கால் "ா" என்ற குறியீடானது குறுக்கால் இணைக்கப்படும் இரண்டு (வலது, இடது) நெடுங்கோடுகளையும் மேற்பகுதியில் மூக்கு என்ற நீட்சியையும் உடைய உயிர் மெய்க் குறியீடாகும். (சிலர் இதற்கு மெய்ப்புள்ளி சேர்த்து ரகர மெய் என்று பிழை செய்வர்). கால் குறியீட்டின் உட்பாகங்களையும் கால் குறியீட்டைச் சேர்த்த ஆகார உயிர்மெய் வரிசையின் எல்லா எழுத்துகளையும் படங்கள் 7.2.1, 7.2.2 ஆகியவற்றில் காண்க.

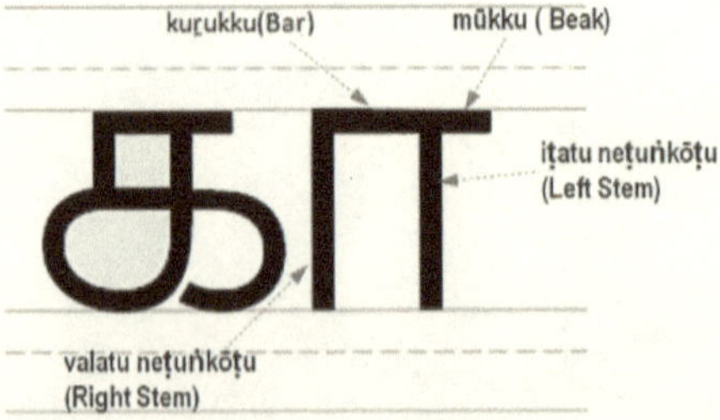

படம்-7.2.1(Picture 7.2.1)

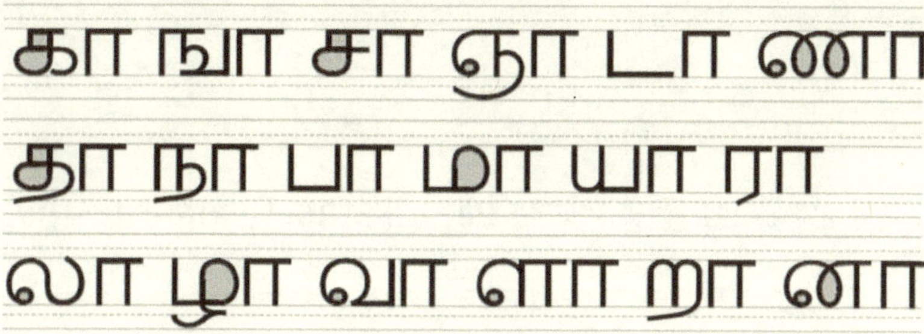

படம்-7.2.2(Picture 7.2.2)

[In English]

The *ākāram* series of Tamil composite characters are obtained by the composition of the Tamil consonants with the vowel "ā"(ஆ). For example, the consonant "k" (க்) + vowel "ā"(ஆ) = composite "kā" (கா). In this process, the consonant drops out the consonant dot and gets added with a composite sign called *kāāl* (ா) to the right of the base letter and becomes "kā"(கா). This occurs for every letter in the ākāram series.

kāāl (ா) sign is formed by a bar joining two stems (right, left) and an extension of the beak at the top. (some people and font makers make big error by adding the consonant dot to this sign and calling it as consonant r "ரகர மெய்"). The anatomy of *kāāl* and the kāāl added complete *ākāram* series are shown in the pictures 7.2.1, 7.2.2.

7.3 உயிர்மெய் இகரவரிசை [18] : ikaram Composites [18]

இகரவரிசையானது மெய்யெழுத்துகளோடு உயிரெழுத்தான "இ" சேர்வதால் உருவாகும் 18 உயிர்மெய் எழுத்துகளைக் குறிக்கிறது. எடுத்துக்காட்டாக, மெய்யெழுத்து "க்" + உயிரெழுத்து "இ" = உயிர்மெய்யெழுத்து "கி". மெய்யுடன் இகர உயிர் சேரும்போது மெய்வடிவத்தில் இருந்து புள்ளி மறைந்து, கொக்கி " ி " என்ற உயிர்மெய்க் குறியீடு சேர்ந்து இகர உயிர்மெய் எழுத்துகளாகின்றன.

இந்தக் கொக்கி என்ற குறியீடு ஒரு வளைகோடாகும். அஃது மூன்று வகையான மெய்யெழுத்துகளில் மூன்று வெவ்வெறு விதமாகச் சேர்கிறது. அதனைக் கீழ்வரும் துணைப்பகுதிகளில் படத்தொடு காணலாம்.

[In English]

The *ikaram* series of Tamil composite characters are obtained by the composition of the Tamil consonants with the vowel "i"(இ). For example, the consonant "k" (க்) + vowel "i" (இ) = composite "ki" (கி). In this process, the consonant drops out the meyppuḷḷi (consonant dot) and adds a composite sign called kokki (ி) and becomes "ki"(கி). *kokki* is a curvilinear stroke used as a composite marker for *ikaram* series. There are 3 types of consonants that accept the *kokki* marker and accordingly the shape of *kokki* varies slightly.

7.3.1 இகரம் வகை–1 : ikaram Category-1 (12 letters)

இகர உயிர்மெய் வரிசையில் உள்ள 18 எழுத்துகளில் கி, சி, ஞி, ணி, தி, நி, மி, ரி, ழி, ளி, றி, னி என்ற 12 எழுத்துகளுக்கு ஒரே விதமான கொக்கி என்ற உயிர்மெய்க்குறியீடு அமைவதைப் படம் 7.3.1 இல் காணலாம். இந்தக் கொக்கியானது மேற்றானத்தில் இருந்து வளைகோடாக எழுந்து எழுகை-2 என்ற மேலச்சு வரை சென்று அங்கிருந்து கீழிறங்கி அடித்தானம் வரை வருகிறது. அடித்தானம் வரை வராமல், சற்று மேலேயே இந்தக் கொக்கி முடியுமானால் அதுவும் ஏற்புடையதே. இவற்றில் மி, ழி என்ற இரண்டு எழுத்துகளில் கிண்ணியின் மேற்பகுதியில் கொக்கி தொடங்குகிறது. றி என்ற எழுத்தில் இடது தோளில் கொக்கி தொடங்குகிறது. மற்ற 9 எழுத்துகளில் மூக்கு அல்லது மூக்கு தொடங்கும் இடத்தில் கொக்கி தொடங்குகிறது.

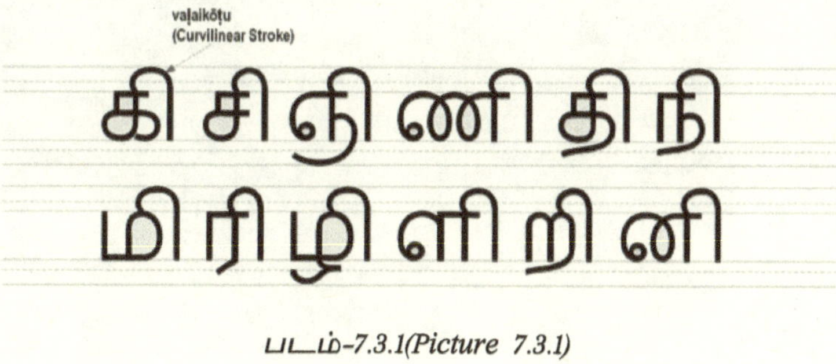

படம்-7.3.1(Picture 7.3.1)

[In English]

It can be observed in the picture 7.3.1 that, in the 12 letters viz. கி (ki), சி (ci), ஞி (ñi), ணி (ṇi), தி (ti), நி (ni), மி (mi), ரி (ri), ழி (l̲i), ளி (ḷi), றி (r̲i), னி (n̲i) the kokki marker sits a top of the base letter's mūkku (Beak) or near the kur̲ukku (Bar). In some letters it sits on top of the kiṇṇi (Bowl) or tōḷ (Shoulder) of the base letter. The *kokki* marker is a curvilinear stroke that starts as said above and rises till the ascender line-2 and drops down all the way to the base line. It is acceptable to have the stroke ending at a little height above the base line.

7.3.2 இகரம் வகை–2 : ikaram Category-2 (5 letters):

இகரவரிசையின் ஙி, பி, யி, லி, வி ஆகிய 5 உயிர்மெய்களில் கொக்கி என்ற உயிர்மெய்க்குறியீடானது, கீழிருந்து மேலேறும் நெடுங்கோடு அல்லது வளைகோட்டின் மேற்பகுதியின் உள்ளிருந்து வளைகோடாகத் தொடங்கி எழுகை-2 அச்சைத் தொட்டு அடித்தானம் வரை கீழிறங்குகிறது. சற்று மேலேயே நின்றாலும் ஏற்புடையதே (படம் 7.3.2).

படம்-7.3.2(Picture 7.3.2)

[In English]

In these 5 letters viz. ஙி(ṅi), பி(pi), யி(yi), லி(li), வி(vi) the kokki marker patches with the internal edge of the stem or the curved stroke towards its upper end, and rises as curvilinear stroke till the ascender line-2 and drops down all the way to the base line. It is acceptable to have the stroke ending at a height above the base line (picture 7.3.2)

7.3.3 இகரம் வகை–3 : ikaram Category-3 (1 letter):

இகரவரிசையின் "டி" எழுத்தின் கொக்கி என்ற உயிர்மெய்க் குறியீடானது, கிடைக்கோட்டில் தொடங்கி வளைகோடாக மேலெழுந்து திரும்பி மீண்டும் கீழிறங்கி அடித்தானத்தைத் தாண்டி தாழ்கை-1 அச்சு வரை தாழ்கிறது. கொக்கியின் உயரம் ப-உயரத்தில் பாதியேனும் இருக்கலாம். மேற்றானத்தைத் தொடாமல் உள்ளடங்கி இருத்தல் வேண்டும் (படம் 7.3.3).

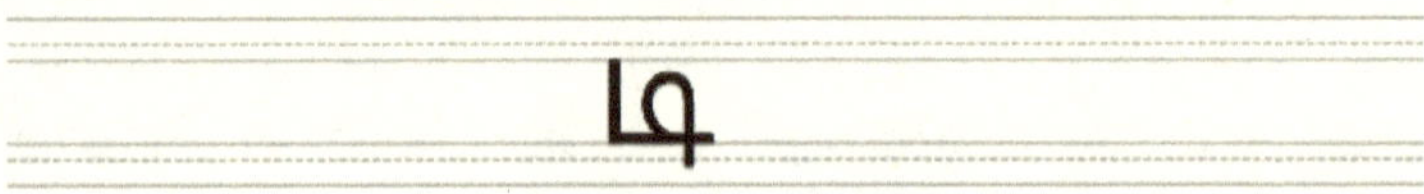

படம்-7.3.3(Picture 7.3.3)

[In English]

In this letter "ṭi" (டி), the *kokki* marker starts on the horizontal line of the base letter and rises up as a curved stroke and drops down below the base line touching the descender line-1. It can be observed that the *kokki* contained below the cap line. The height of the curved stroke *(kokki)* can be half of the x-height. (Picture 7.3.3).

7.4 உயிர்மெய் ஈகாரவரிசை [18]
īkāram Composites [18]

இகர வரிசைக்கும் ஈகார வரிசைக்கும் உள்ள வேறுபாடு அவற்றின் உயிர்மெய்க்குறியீட்டில்தான். இகர மெய்க்கு கொக்கி "ி" உயிர்மெய்க் குறியீடு என்றால், ஈகார மெய்க்கு நெடில்-கொக்கி "ீ" உயிர்மெய்க் குறியீடாக அமைகிறது. உயிர்மெய்க் குறியீட்டை மட்டும் மாற்றினால், இகர உயிர்மெய் வரிசையின் வகைப்பாடுகளும் அளிக்கப்பட்ட விவரிப்புகளும் ஈகார வரிசைக்கும் பொருந்துகின்றன. ஆகவே இகர வரிசைக்குத் தரப்பட்ட விளக்கங்களோடு இவ்வரிசை விளக்கங்களைக் காண வேண்டும். நெடில்-கொக்கியானது, "டீ" என்ற எழுத்தைத் தவிர மற்ற 17 எழுத்துகளுக்கும் எழுகை-2 என்ற மேலச்சைத் தொட்டு, எழுகை-1 ஐத் தழுவும் ஒரு சுழியோடு நிறைவுறுகிறது. உயிர்மெய் எழுத்து-"டீ" இல் நெடில்-கொக்கி ஏறத்தாழ ப-உயரத்தில் பாதி உயரத்தில் சுழியோடு நிறைவுறுகிறது. காண்க படங்கள்.

[In English]

The difference between ikaram and īkāram series is only on the composite sign. īkāram series uses *"neṭil-kokki"* (ீ) instead of *"kokki"* (ி). Hence if the composite sign is changed to ீ, then all the categorization and description of ikaram series is applicable to īkāram series as well. But for the composite letter-"டீ" the *neṭil-kokki* sign touches the ascender line-2 and ends with a loop around ascender line-1. For the letter-"டீ", the *neṭil-kokki* sign loops at a height approximately half the x-height. Hence the descriptions for ikaram series shall be referred prior to īkāram series. Please see the pictures for the similarity and differences.

7.4.1 ஈகாரம் வகை—1 : īkāram Category-1 (12 letters):

படம்-7.4.1 *(Picture 7.4.1)*

7.4.2 ஈகாரம் வகை—2 : īkāram Category-2 (5 letters):

படம்-7.4.2 *(Picture 7.4.2)*

7.4.3 ஈகாரம் வகை—3 : īkāram Category-3 (1 letter):

படம்-7.4.3 *(Picture 7.4.3)*

7.5 உயிர்மெய் உகரவரிசை [18] : ukaram Composites [18]

உகரவரிசையானது, மெய்யெழுத்துகளோடு உயிரெழுத்தான "உ" சேர்வதால் உருவாகும் 18 உயிர்மெய் எழுத்துகளைக் குறிக்கிறது. எ-டு: மெய்யெழுத்து "க்" + உயிரெழுத்து "உ" = உயிர்மெய்யெழுத்து "கு". உகர வரிசையில் நான்கு வகையான எழுத்துகள் உள்ளதைக் காணமுடியும். அவை கீழே விவரிக்கப்படும்.

[In English]

The *ukaram* series of Tamil composite characters are obtained by the composition of the Tamil consonants with the vowel "u"(உ). For example, the consonant "k" (க்) + vowel "u" (உ) = composite "ku" (கு). In *ukaram* series there are 4 types of letters that can be subgrouped. They are described below.

7.5.1 உகரம் வகை–1 : *ukaram* Category-1 (6 letters):

காண்க படம் 7.5.1. உகரவரிசை உயிர்மெய் எழுத்துகளில் "கு, மு, ரு, ளு" ஆகிய நான்கிலும் மெய்யெழுத்துகளின் மெய்ப்புள்ளி மறைந்து அடிப்படை எழுத்துகளில் இருந்து வலஞ்சுரி (spiral stroke) எழுத்தைச் சுற்றிக் கொண்டு வலதுபுறம் செல்கிறது. எழுத்து-"ழு" இல் கிடைக்கோட்டில் கிண்ணி இணையும் இடத்தையும், வலஞ்சுரியையும் அண்டு இணைக்கிறது. எழுத்து-"ரு" இல் இருந்து ரகரச் சாய்கோடும் மறைவது காண்க.

எழுத்து -"டு" இல் டகர மெய்யின் மெய்ப்புள்ளியும் கிடைக்கோடும் மறைந்து நெடுங்கோட்டின் இடதுபுறம் எழும் வலஞ்சுரி வலதுபுறமாகச் சுற்றிக்கொண்டு மேற்றானத்தையும் தாண்டி எழுகை-1 அச்சைத் தொட்டு இடதுபுறமாகச் சிறிது கீழிறங்கி நிற்கிறது. மற்ற 5 எழுத்துகளில் வலஞ்சுரியானது மேற்றானத்தைத் தொட்டு நிற்கிறது.

படம்-7.5.1 (Picture 7.5.1)

[In English]

The 4 letters "கு, மு, ரு, ளு" of the *ukaram* series' subgroup drop out the consonant dot from the consonant letter and gets added with a right spiral stroke that goes around the right side of the base letter and stops at the cap line. In the case of "ழு", the joint at horizontal line and the bowl is connected with the right spiral stroke through the link. The letter-"ரு" drops out the slant of the base letter too. The spiral stroke in all these 5 letters stop at cap line.

The letter-"டு" is formed by dropping the consonant dot and the horizontal line from the letter-"ட்" and gets added with the right spiral stroke that starts at the left of the stem and goes up and around the right side of the letter. It crosses the cap line and touches the ascender line-1 before turning down and stopping (picture 7.5.1).

7.5.2 உகரம் வகை–2 : *ukaram* Category-2 (7 letters):

உகரவரிசை உயிர்மெய் எழுத்துகளில் "ஞு, ணு, லு, து, நு, று, னு" ஆகிய ஏழனும் இருக்கை என்ற உயிர்மெய்க் குறியீட்டைப் (seat sign) பெறுகின்றன. இவற்றின் அடிப்படை மெய் எழுத்துகள் மெய்ப்புள்ளியை விடுத்து, இருக்கையை ஏற்று உயிர்மெய் எழுத்தாக மாறுகின்றன. வலது புறத்தில் கிண்ணியும் இடத்தில் நெடுங்கோடும் இருக்க அவற்றை குறுக்கு இணைக்கும் அமைப்பு ஓர் இருக்கை போல இருப்பதால் இது இருக்கைக் குறியீடாகிறது (ு). கிண்ணியின் அடிப்பகுதி தாழ்கை-2 அச்சிலும் அதன் மேற்பகுதி தாழ்கை-1 அச்சிலும் அமைகின்றன. கிண்ணியின் மேற்பகுதி, நெடுங்கோட்டின் அடிப்பாகம் என்ற இவற்றை இணைக்கும் குறுக்கு ஆகியன தாழ்கை-1 அச்சில் அமைகின்றன (படம்-7.5.2).

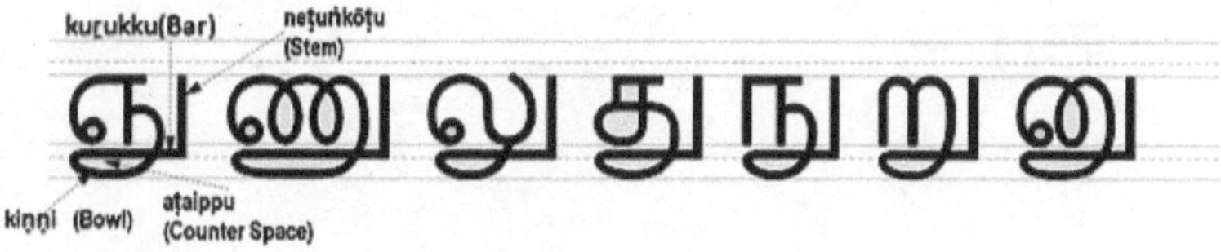

படம்-*7.5.2 (Picture 7.5.2)*

[In English]

In the letters "ñu" (ஞு), "ṇu" (ணு), "lu" (லு), "tu" (து), "nu" (நு), "ṟu" (று), "ṉu" (னு) the consonant dot is dropped out and a seat sign / stroke "ு" (irukkai) is added. A bowl on the right connecting the stem on the left through a bar resembles a seat and hence it is called as seat sign / stroke. Anatomy of the *irukkai* and the letters with *irukkai* are shown in the picture 7.5.2. The base of the bowl seats on the descender line-2 and the top touches the descender line-1. From there the bar connects the stem rising from the same line.

7.5.3 உகரம் வகை–3 : *ukaram* Category-3 (4 letters):

"ஙு, பு, யு, வு" என்ற இந்த 4 உகர உயிர்மெய்களில், மெய்ப்புள்ளி மறைந்து இடது நெடுங்கோட்டின் அடித்தானப் புள்ளியில் இருந்து ஒரு தொங்குகோடு தாழ்கை-1 அச்சு வரை செல்கிறது (படம் 7.5.3).

படம்-7.5.3 (Picture 7.5.3)

[In English]

In the letters "ṅu" (ஙு), "pu" (பு), "yu" (யு), "vu" (வு) the consonant dot is dropped out and a hanging stroke (toṅkukōṭu) is added as shown in the picture 7.5.3. It can be observed that the hanging stroke falls from the base line.

7.5.4 உகரம் வகை–4 : *ukaram* Category-4 (1 letter):

உகரம் வகை-*3* இற்கும் நான்காவது வகையான எழுத்து- “சு” இற்கும் உள்ள முக்கிய வேறுபாடு, எழுத்து-“சு” இல் இருக்கும் தொங்கு கோடு அடித்தானத்தில் நின்றுவிடுவதாகும். காண்க படம் *7.5.4.*

படம்-7.5.4 (Picture 7.5.4)

[In English]

The only difference for the letter-“சு” from the ukaram category-3 is that the hanging stroke stops at the base line as shown in the picture 7.5.4.

7.6 உயிர்மெய் ஊகாரவரிசை [18]
ūkāram Composites [18]

மெய்யெழுத்துகளோடு உயிரெழுத்தான "ஊ" சேர்வதால் உருவாகும் 18 உயிர்மெய் எழுத்துகள் ஊகாரவரிசை உயிர்மெய்களாகின்றன. எ-டு: மெய்யெழுத்து "க்" + உயிரெழுத்து "ஊ" = உயிர்மெய்யெழுத்து "கூ". இதிலும் நான்கு வகையான எழுத்துகள் உள்ளதைக் காணமுடியும். அவை கீழே விவரிக்கப்படுகின்றன.

[In English]

The ūkāram series of Tamil composite characters are obtained by the composition of the Tamil consonants with the vowel "ū"(ஊ). For example, the consonant "k" (க்) + vowel "ū" (ஊ) = composite "kū" (கூ). Here too there are 4 types of letters that are described below.

7.6.1 ஊகாரம் வகை–1 : ūkāram Category-1 (5 letters):

"மூ, ழூ, ரூ, ளூ, டூ" என்ற இவ் ஐந்தெழுத்துகளுக்கு உகரம் வகை-1 இல் (பகுதி-7.5.1) இவற்றின் குறில்களுக்குத் தரப்பட்டுள்ள விளக்கங்கள் அப்படியே பொருந்தும். அதோடு, கூடுதலாக, வலஞ்சுரியானது சுழியில் முடியும் (படம்-7.6.1).

படம்-7.6.1 (Picture 7.6.1)

[In English]

For letters "mū" (மூ), "l̲ū" (ழூ), "rū" (ரூ), "ḷū" (ளூ), "ṭū" (டூ) the descriptions given for the short marker of these letters in the section "ukaram Category-1" (section 7.5.1) are applicable. In addition it should be noted that the spiral stroke ends with the loop giving long marker (picture 7.6.1).

7.6.2 ஊகாரம் வகை—2 : ūkāram Category-2 (7 letters):

உகரம் வகை-2 எழுத்துகள் "ு" என்ற இருக்கைக் குறியீட்டைப் பெறுகின்றன. அவ் எழுத்துகளின் நெடில் உருவங்கள் ஆன "தூ, நூ, றூ, னூ, ஞூ, ணூ, லூ" எனும் 7 எழுத்துகள் "ூ" என்ற நெடில்-இருக்கை எனும் உயிர்மெய் குறியீட்டைப் பெறுகின்றன. இதுதான் வேறுபாடு. படம் 7.6.2.1 இல் காட்டியவாறு, இருக்கைப் பகுதியை, மேற்றானத்தில் இருந்து அடித்தானம் வரை தொங்கும் தொங்குகோட்டுடன் குறுக்கு இணைக்கிறது. அவ் இடம் மூக்கின் நீட்சி ஏற்படுகிறது, இதுவே நெடில்-இருக்கையின் அமைப்பாகிறது. மற்றபடி குறிலுக்குச் சொன்ன அடிப்படை விளக்கங்கள் நெடிலுக்கும் பொருந்தும்.

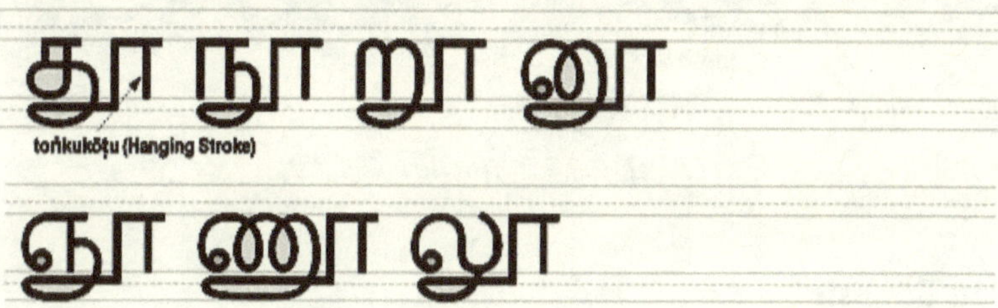

படம்-7.6.2.1 (Picture 7.6.2.1)

[In English]

These long letters "tū" (தூ), "nū" (நூ), "ṟū" (றூ), "ṉū" (னூ), "ñū" (ஞூ), "ṇū" (ணூ), "lū"(லூ) differ from their short forms as described in the section "*ukaram* Category-2" by using the composite sign called (ா) long seat *(neṭil-irukkai*). The seat (*irukkai*) connects with a hanging stroke through the bar from where the beak extends forming the long seat (*neṭil-irukkai*). Other descriptions are same as described in "*ukaram* Category-2" (picture 7.6.2.1).

கால் என்று ஆகார வரிசையில் வரும் உயிர்மெய்க் குறியீடும், இங்கு நெடில்-இருக்கைக் குறியீட்டில் காணப்படும் கால் போன்ற அமைப்பும் வெவ்வேறானவை. கால் குறியீட்டில் இரண்டு நெடுங்கோடுகள் அடித்தானத்தில் இருந்து எழும். நெடில் இருக்கைக் குறியீட்டில் நெடுங்கோடு தாழ்கை-1 அச்சில் இருந்து எழும். மற்றொரு கோடு மேற்றானத்தில் இருந்து தொங்குகின்ற தொங்கு கோடு என்பது குறிப்பிடத்தக்கது. இரண்டுக்கும் உள்ள வேறுபாட்டைப் படம் 7.6.2.2 விளக்குவது காண்க.

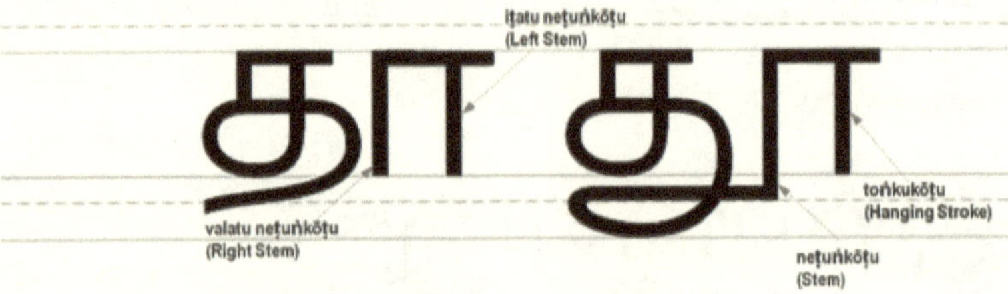

படம்-7.6.2.2 (Picture 7.6.2.2)

[In English]

It should be noted that the anatomy of kāāl the long marker in the ākāram series and the kāāl like marker / sign in the neṭil-irukkai the long marker in the ūkāram series are different. In kāāl the two stems rise from the base line and in the case of neṭil-irukkai the stem rises from descender-1 line, and another vertical line is a hanging stroke from the cap line. The difference is explained in the picture 7.6.2.2.

7.6.3 ஊகாரம் வகை—3 : ūkāram Category-3 (5 letters):

உகரம் வகை-3,4 இல் காணப்படும் உயிர்மெய் எழுத்துகளின் நெடில் வடிவமே “ஙூ, பூ, யூ, வூ, சூ” என்ற எழுத்துகள் ஆகும் (பகுதிகள் 7.5.3, 7.5.4). அந்தக் குறில் வடிவங்களில் காது என்ற பாகம் சேர்ந்து நெடில் உயிர்மெய் எழுத்துகளாகின்றன. காது தொங்குகோட்டில் தொடங்கி வளைந்த கோடாக தாழ்கை-2 அச்சு வரை இறங்கி, இட-வலம் என அமைகிறது. எழுத்தின் வலது எல்லையைக் காது தாண்டக்கூடாது. குறில் வடிவங்களுக்குத் தரப்பட்டுள்ள பிற விளக்கங்கள், நெடில் வடிவங்களுக்கும் ஆனவை (படம் 7.6.3).

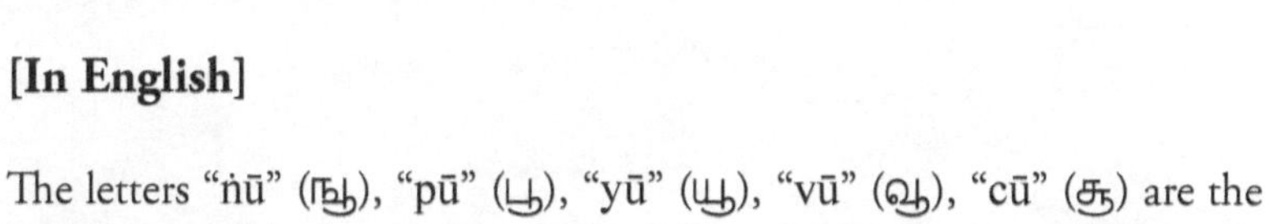

படம்-7.6.3 (Picture 7.6.3)

[In English]

The letters “ṅū” (ஙூ), “pū” (பூ), “yū” (யூ), “vū” (வூ), “cū” (சூ) are the long forms of the letters described in ukaram category-3 and 4 (sections 7.5.3, 7.5.4). Those short letters added with the ear developing at the left of the hanging stroke, dropping down to descender line-2 and going towards the right, creating the long composites. The ear doesn't cross the right most part of the letter. Other descriptions are common for both short and long composites (picture 7.6.3).

7.6.4 ஊகாரம் வகை–4 : ūkāram Category-4 (1 letter):

மெய்யெழுத்து-“க்” இற்கான விளக்கங்களைக் காண்க (பகுதி 6.1). “க்” இல் உள்ள மெய்ப்புள்ளி மறைந்து, “க்” இல் நிறைவு செய்யும் வளைகோட்டிற்குப் பதில் சுழி அமைந்து அந்தச் சுழியையும் எழுத்தை நிறைவு செய்யும் கரத்தையும் அண்டு இணைக்கிறது. இதுவே உயிர்மெய் ஊகார எழுத்தான “கூ” ஆகும் (படம் 7.6.4).

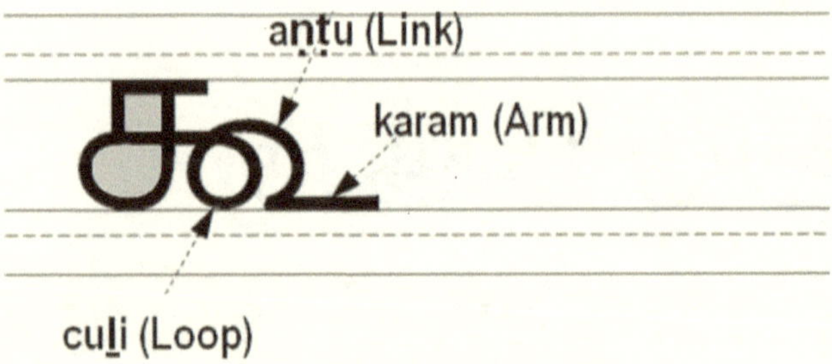

படம்-7.6.4 (Picture 7.6.4)

[In English]

Please refer to the descriptions for the letter consonant-“க்” (section 6.1). After dropping out the consonant dot, the ending curved stroke is replaced by the loop. The loop and the extending arm are connected by the link. This becomes the ūkāram composite letter-“கூ” (picture 7.6.4).

7.7 உயிர்மெய் எகரவரிசை [18] : ekaram Composites [18]

மெய்யெழுத்துகளோடு உயிரெழுத்தான "எ" சேர்வதால் உருவாகும் 18 உயிர்மெய் எழுத்துகள் எகரவரிசை உயிர்மெய்களாகின்றன. எ-டு: மெய்யெழுத்து "க்" + உயிரெழுத்து "எ" = உயிர்மெய்யெழுத்து "கெ". உயிர்மெய் ஆகும்போது மெய்யெழுத்தில் இருந்து மெய்ப்புள்ளி மறைந்து "கொம்பு" (ெ) என்ற உயிர்மெய்க் குறியீட்டை வலப்புறம் பெற்றுக்கொள்கிறது. எகரவரிசை எழுத்துகளான "கெ, ஙெ, செ, ஞெ, டெ, ணெ, தெ, நெ, பெ, மெ, யெ, ரெ, லெ, வெ, ழெ, ளெ, றெ, னெ" ஆகிய 18 இற்கும் கொம்பு என்ற ஒரே உயிர்மெய்க் குறியீடுதான். கொம்பு என்ற உயிர்மெய்க் குறியீடு அடித்தானத்தில் சுழியில் தொடங்கி பெரிய வளைகோடாக மேலெழுந்து மேற்றானத்தைத் தாண்டி எழுகை-1 அச்சைத் தொட்டு வளைந்து கீழிறங்கி அடித்தானத்திற்கே வந்து நிற்கிறது. காண்க படம்-7.7.

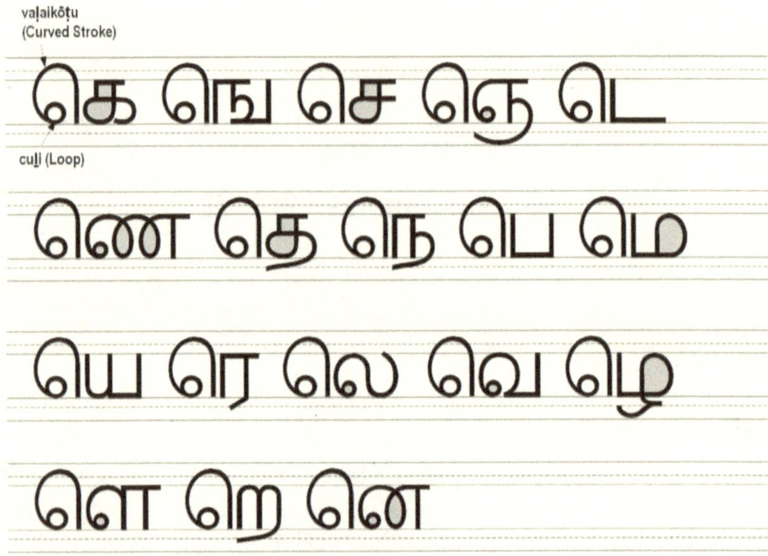

படம்-7.7 *(Picture 7.7)*

[In English]

The *ekaram* series of Tamil composite characters are obtained by the composition of the Tamil consonants with the vowel "e"(எ). For example, the consonant "k" (க்) + vowel "e"(எ) = composite "ke" (கெ). When it becomes the composite, the consonant dot is dropped out and the sign called *kombu (ெ)* (composite marker) is added to the right of the base letter. This occurs for every character in the *ekaram* series. The letters are: "ke" (கெ), "ṅe"(ஙெ), "ce" (செ), "ñe" (ஞெ), "ṭe" (டெ), "ṇe" (ணெ), "te" (தெ), "ne" (நெ), "pe" (பெ), "me" (மெ), "ye" (யெ), "re" (ரெ), "le" (லெ), "ve" (வெ), "l̲e" (ழெ), "ḷe" (ளெ), "r̲e" (றெ), "n̲e" (னெ). The composite sign *kombu* starts with the loop at base line and rises as a large curved stroke all the way to the ascender line-1 and turns towards the base line and stops at it as shown in the picture 7.7.

7.8 உயிர்மெய் ஏகாரவரிசை [18] : ēkāram Composites [18]

மெய்யெழுத்துகளோடு உயிரெழுத்தான "ஏ" சேர்வதால் உருவாகும் 18 உயிர்மெய் எழுத்துகள் ஏகாரவரிசை உயிர்மெய்களாகின்றன. எ-டு: மெய்யெழுத்து "க்" + உயிரெழுத்து "ஏ" = உயிர்மெய்யெழுத்து "கே". உயிர்மெய் ஆகும்போது மெய்யெழுத்தில் இருந்து மெய்ப்புள்ளி மறைந்து "நெடில்-கொம்பு" என்ற உயிர்மெய்க் குறியீட்டை வலப்புறம் பெற்றுக்கொள்கிறது. ஏகாரவரிசை எழுத்துகளான "கே, ஙே, சே, ஞே, டே, ணே, தே, நே, பே, மே, யே, ரே, லே, வே, ழே, ளே, றே, னே" ஆகிய 18 இற்கும் நெடில்-கொம்பு என்ற ஒரே உயிர்மெய்க் குறியீடுதான்.

நெடில்-கொம்பு என்ற உயிர்மெய்க் குறியீடு அடித்தானத்தில் சுழியில் தொடங்கி வளைகோடாக மேலெழுந்து மேற்றானத்தைத் தாண்டி எழுகை-2 அச்சைத் தொட்டு வளைந்து எழுகை-1 அச்சையும் மேற்றானத்தையும் தொடும் சுழியாகி முடிகிறது. காண்க படம் 7.8.

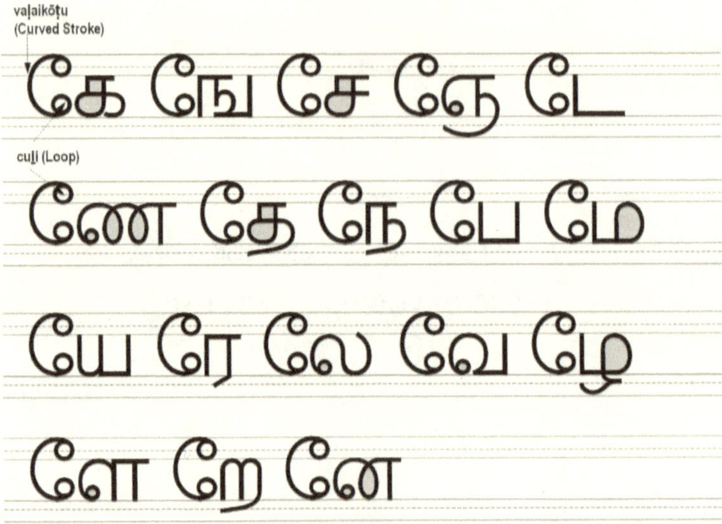

படம்-7.8 (Picture 7.8)

[In English]

The ēkāram series of Tamil composite characters are obtained by the composition of the Tamil consonants with the vowel "ē"(ஏ). For example, the consonant "k" (க்) + vowel "ē " (ஏ) = composite "kē" (கே). When it becomes the composite, the consonant dot is droped out and the sign called neṭil-kombu (ே) (composite marker) is added to the right of the base letter. This occurs for every character in the ēkāram series. The letters are: "kē" (கே) , "ṅē"(ஙே), "cē" (சே), "ñē" (ஞே), "ṭē" (டே), "ṇē" (ணே), "tē" (தே), "nē" (நே),"pē" (பே),"mē" (மே), "yē" (யே), "rē" (ரே), "lē" (லே), "vē" (வே), "ḻē" (ழே), "ḷē" (ளே), "ṟē" (றே), "ṉē" (னே).

The composite sign neṭil-kombu starts with the loop at base line and rises as a curved stroke all the way to the ascender line-2 and turns and ends with another loop touching the ascender line-1 and the cap line as depicted in the picture 7.8.

7.9 உயிர்மெய் ஐகாரவரிசை [18] : aikāram Composites [18]

மெய்யெழுத்துகளோடு உயிரெழுத்தான "ஐ" சேர்வதால் உருவாகும் 18 உயிர்மெய் எழுத்துகள் ஐகாரவரிசை உயிர்மெய்களாகின்றன. எ-டு: மெய்யெழுத்து "க்" + உயிரெழுத்து "ஐ" = உயிர்மெய்யெழுத்து "கை". உயிர்மெய் ஆகும்போது மெய்யெழுத்தில் இருந்து மெய்ப்புள்ளி மறைந்து "ஐ-கொம்பு" (ை) என்ற உயிர்மெய்க் குறியீட்டை வலப்புறம் பெற்றுக்கொள்கிறது. ஐகாரவரிசை எழுத்துகளான "கை, ஙை, சை, ஞை, டை, ணை, தை, நை, பை, மை, யை, ரை, லை, வை, ழை, ளை, றை, னை" ஆகிய 18 இற்கும் ஐ-கொம்பு என்ற ஒரே உயிர்மெய்க் குறியீடுதான்.

அடித்தானத்தின் மேலமர்ந்த சுழியில் தொடங்கி, வளைகோடு மேற்றானத்தைத் தொட்டு சற்றே பெரியதொரு சுழியோடு இணைகிறது. சுழியின் முடிவில் தொடங்கும் வளைகோடு தாழ்ந்து அடித்தானத்தைத் தழுவி நிற்கிறது. இவ் அமைப்பு ஐ-கொம்பு (ை) ஆகும் (படம்-7.9).

படம்-7.9 (Picture 7.9)

[In English]

The aikāram series of Tamil composite characters are obtained by the composition of the Tamil consonants with the vowel "ai"(ஐ). For example, the consonant "k" (க்) + vowel "ai"(ஐ) = composite "kai" (கை). When it becomes the composite, the consonant dot is dropped out and the sign called ai-kombu (ை) is added to the right side of the base letter. This occurs for every character in the aikāram series. The letters are: "kai" (கை), "ṅai"(ஙை), "cai" (சை), "ñai" (ஞை), "ṭai" (டை), "ṇai" (ணை), "tai" (தை), "nai" (நை), "pai" (பை), "mai" (மை), "yai" (யை), "rai" (ரை),"lai" (லை), "vai" (வை), "ḻai" (ழை), "ḷai" (ளை), "ṟai" (றை), "ṉai" (னை).

In the case of the sign ai-kombu (ை), the loop starts on the base line and the curved stroke rises upward touching the cap line and connecting with the little larger loop. From the end of the larger loop near cap line, the curved stroke begins to move downwards until the base line as shown in picture 7.9.

7.10 உயிர்மெய் ஒகரவரிசை [18] : okaram Composites [18]

மெய்யெழுத்துகளோடு உயிரெழுத்தான "ஒ" சேர்வதால் உருவாகும் *18 உயிர்மெய் எழுத்துகள் ஒகரவரிசை உயிர்மெய்களாகின்றன. எ-டு:* மெய்யெழுத்து "க்" + உயிரெழுத்து "ஒ" = உயிர்மெய்யெழுத்து "கொ". உயிர்மெய் ஆகும்போது மெய்யெழுத்தில் இருந்து மெய்ப்புள்ளி மறைந்து "கொம்பு" (ெ) என்ற எகர உயிர்மெய்க் குறியீட்டை வலப்புறமும். "கால்" (ா) என்ற ஆகார உயிர்மெய்க் குறியீட்டை இடப்புறமும் என இரண்டு குறியீடுகளைப் பெற்றுக்கொள்கிறது. ஒகர வரிசையின் *18* எழுத்துகளுக்கும் இது நிகழ்ந்து "கொ, ஙொ, சொ, ஞொ, டொ, ணொ, தொ, நொ, பொ, மொ, யொ, ரொ, லொ, வொ, ழொ, ளொ, றொ, னொ" என்ற எழுத்துகள் உருவாகின்றன. இவ் எழுத்துகளில் உள்ள அடிப்படை எழுத்து, இரண்டு குறியீடுகள் ஆகியவற்றை ஏற்கனவே விவரித்ததால் மீண்டும் கூறியது கூறல் வேண்டாம் என தவிர்க்கப்படுகிறது. கொம்புக் குறியீடு பற்றி பகுதி-*7.7* இலும், கால் குறியீடு பற்றி பகுதி-*7.2* இலும் மேலும் அறியலாம். காண்க படம்-*7.10*.

கொ ஙொ சொ ஞொ

டொ ணொ தொ நொ பொ

மொ யொ ரொ லொ வொ

ழொ ளொ றொ னொ

படம்-7.10 (Picture 7.10)

[In English]

The okaram series of Tamil composite characters are obtained by the composition of the Tamil consonants with the vowel “o”(ஒ). For example, the consonant “k” (க்) + vowel “o“(ஒ) = Composite “ko” (கொ). When it becomes the composite, the consonant dot is dropped out and takes up the sign called “kombu” (ெ) as in the ekaram series to the right and the sign “kāal” (ா) as in the ākāram series to the left. This occurs for every character in the okaram series. The letters are: “ko” (கொ) , “ṅo”(ஙொ), “co” (சொ), “ño” (ஞொ), “ṭo” (டொ), “ṇo” (ணொ), “to” (தொ), “no” (நொ),“po” (பொ),“mo” (மொ),“yo” (யொ),“ro” (ரொ),“lo” (லொ),“vo” (வொ),“ḻo” (ழொ),“ḷo” (ளொ),“ṟo” (றொ),“ṉo” (னொ). As the letters and signs are described already in previous sections they are not repeated here again. If needed please refer to relevent sections earlier. kombu sign is explained in section 7.7 and kāal sign in 7.2. Picture 7.10 depicts all the letters in the okaram series.

7.11 உயிர்மெய் ஓகாரவரிசை [18] : ōkāram Composites [18]

ஓகார உயிர்மெய் எழுத்துகளான "கோ, ஙோ, சோ, ஞோ, டோ, ணோ, தோ, நோ, போ, மோ, யோ, ரோ, லோ, வோ, ழோ, ளோ, றோ, னோ" ஆகியன மெய்யெழுத்துகளோடு உயிரெழுத்தான "ஓ" சேர்வதால் உருவாகின்றன. எ-டு: மெய்யெழுத்து "க்" + உயிரெழுத்து "ஓ" = உயிர்மெய்யெழுத்து "கோ". உயிர்மெய் ஆகும்போது மெய்யெழுத்தில் இருந்து மெய்ப்புள்ளி மறைந்து "நெடில்-கொம்பு" (ே) என்ற ஏகார உயிர்மெய்க் குறியீட்டை வலப்புறமும். "கால்" (ா) என்ற ஆகார உயிர்மெய்க் குறியீட்டை இடப்புறமும் என இரண்டு குறியீடுகளைப் பெற்றுக்கொள்கிறது. இவ் எழுத்துகளில் உள்ள அடிப்படை எழுத்து, இரண்டு குறியீடுகள் ஆகியவற்றை ஏற்கனவே விவரித்ததால் மீண்டும் கூறியது கூறல் வேண்டாம் என தவிர்க்கப்படுகிறது. உட்கூறுகள் பற்றிய விவரம் வேண்டினால் மேலே தொடர்புடைய பகுதிகளைக் காண்க. *(பார்க்க படம்-7.11).*

கோ ஙோ சோ ஞோ

டோ ணோ தோ நோ போ

மோ யோ ரோ லோ வோ

ழோ ளோ றோ னோ

படம்-7.11 (Picture 7.11)

[In English]

The ōkāram series of Tamil Composite characters are obtained by the composition of the Tamil Consonants with the vowel “ō”(ஓ). For example, the consonant “k” (க்) + vowel “ō”(ஓ)= Composite “kō” (கோ). When it becomes the composite, the consonant dot is dropped out and takes up the sign called “netil-kombu” (ே) as in the ēkāram series to the right and the sign “kāal (ா) as in the ākāram series to the left. This occurs for every character in the ōkāram series. The letters are: “kō” (கோ), “ṅō”(ஙோ), “cō” (சோ), “ñō” (ஞோ), “ṭō” (டோ), “ṇō” (ணோ), “tō” (தோ), “nō” (நோ), “pō” (போ), “mō” (மோ), “yō” (யோ), “rō” (ரோ), “lō” (லோ),“vō” (வோ), “l̲ō” (ழோ), “ḷō” (ளோ), “r̲ō” (றோ), “n̲ō” (னோ). As the letters and signs are described already in previous sections they are not repeated here again. If needed please refer to relevent sections above. (ref picture 7.11)

7.12 உயிர்மெய் ஔகாரவரிசை [18] : aukāram Composites [18]

மெய்யெழுத்துகளோடு உயிரெழுத்தான "ஔ" சேர்வதால் உருவாகும் 18 உயிர்மெய் எழுத்துகள் ஔகாரவரிசை உயிர்மெய்களாகின்றன. எ-டு: மெய்யெழுத்து "க்" + உயிரெழுத்து "ஔ" = உயிர்மெய்யெழுத்து "கௌ". உயிர்மெய் ஆகும்போது மெய்யெழுத்தில் இருந்து மெய்ப்புள்ளி மறைந்து "கொம்பு" (ெ) என்ற எகர உயிர்மெய்க் குறியீட்டை வலப்புறமும். "சிறகு" (ள) என்ற துணைக் குறியீட்டை இடப்புறமும் என இரண்டு குறியீடுகளைப் பெற்றுக்கொள்கிறது. ஔகார வரிசையின் 18 எழுத்துகளுக்கும் இது நிகழ்ந்து "கௌ, ஙௌ, சௌ, ஞௌ, டௌ, ணௌ, தௌ, நௌ, பௌ, மௌ, யௌ, ரௌ, லௌ, வௌ, ழௌ, ளௌ, றௌ, னௌ" என்ற எழுத்துகள் உருவாகின்றன.

இவ் எழுத்துகளில் உள்ள அடிப்படை எழுத்து, இரண்டு குறியீடுகள் ஆகியவற்றை ஏற்கனவே விவரித்ததால் மீண்டும் கூறியது கூறல் வேண்டாம் என தவிர்க்கப்படுகிறது. உட்கூறுகள் பற்றிய விவரம் வேண்டினால் மேலே தொடர்புடைய பகுதிகளைக் காண்க. *(பார்க்க படம்-7.12)*

கௌ ஙௌ சௌ

ஞௌ டௌ ணௌ

தௌ நௌ பௌ

மௌ யௌ ரௌ

லௌ வௌ ழௌ

ளௌ றௌ னௌ

படம்-7.12(Picture 7.12)

[In English]

The aukāram series of Tamil Composite characters are obtained by the composition of the Tamil Consonants with the vowel "au"(ஔ). For example, the consonant "k" (க்) + vowel "au"(ஔ) = Composite "kau" (கௌ). When it becomes the composite, the consonant dot is dropped out and gets a sign each side of the base letter added. The one to the right of the base letter is kombu (the one found in ekaram series), and the other to the left of the base letter is siragu (the one found as part of the vowel "au" "(ஔ). This occurs for every character in the aukāram series. The letters are: "kau" (கௌ), "ṅau"(ஙௌ), "cau" (சௌ), "ñau" (ஞௌ), "ṭau" (டௌ), "ṇau" (ணௌ), "tau" (தௌ), "nau" (நௌ), "pau" (பௌ), "mau" (மௌ), "yau" (யௌ), "rau" (ரௌ), "lau" (லௌ), "vau" (வௌ), "l̲au" (ழௌ), "ḷau" (ளௌ), "r̲au" (றௌ), "n̲au" (னௌ).

As the basic letters and signs are described already in previous sections they are not repeated here again. If needed please refer to relevent sections. (ref picture 7.12).

நூல் நிறைவு.

end of book.

நாக. இளங்கோவன் இளங்கலை எந்திரப் பொறியியல் *(B.E Mech)* படித்து கணிப்பொறியாளராகப் பணியாற்றி ஓய்வு பெற்றவர். கணித்துறையின் அறிதியியல் *(Information Management / Informatics)* துறையில் பட்டறிவு மிக்கவர்.

தமிழ் இலக்கிய ஆர்வத்தில் சிலம்பு மடல்கள் என்ற நூலை வெளியிட்டிருக்கிறார். தனித்தமிழ் பரவி வருபவர். தமிழ் இலக்கியம், தமிழ்க் கணிமை, தமிழ் எழுத்துகள் சார்ந்த கட்டுரைகளும் ஆய்வுத்தாள்களும் எழுதுபவர்.

2009-10 இல் தமிழ் எழுத்துகளின் வடிவங்களைக் கணிக்கு ஏற்ப மாற்றவேண்டும் என்ற முயற்சி எழுந்தபோது, ஏன் அது பொருத்தமற்றது என்பதைக் கணியியல், புள்ளியியல், கல்வியியல், வரலாற்று வழியே ஆய்வுக் கட்டுரை படைத்து மாற்றங்கள் தேவையில்லை என்று நிறுவினார். அது அந்த மாற்ற முயற்சியைக் கைவிட உதவியது.

தமிழி எழுத்துகளே உரோமன் எழுத்துகளுக்கு மூலமாக இருக்கக்கூடும் என்ற இயலுமையை விளக்கி ஆய்வுத்தாள் படைத்துள்ளார்.

தமிழ்க்கணிமைத்துறையில், தமிழ் அறிதியியலும் இலக்கியத் தெட்பமும் *(Tamil Informatics & Literature Intelligence)* என்ற தாளின்

வழியே தமிழ் அறிதியியல் என்ற துறையை தமிழ்க்கணிமைக்கு அறிமுகப்படுத்தினார்.

தமிழ் ஒருங்குறி *(unicode)* எழுத்துகள் தொடர்பாக, பின்ன சின்ன ஒருங்குறிச் சிக்கலில் அரசின் வல்லுநர் குழுவில் இருந்து முக்கிய பணியாற்றினார். தெலுங்கு ஒருங்குறிக்குத் தமிழ் எழுத்துகளைக் கொண்டு சேர்க்க நடந்த முயற்சிகளை மறுப்பதற்கு அறிஞரொடு பணியாற்றினார். நுத்தா என்ற ஒருங்குறிச் சிக்கலிலும் அறிஞரொடு பணியாற்றினார்.

தமிழ்-உரோமன் எழுத்துப் பெயர்ப்பு *(transliteration)* சார்ந்த பணிகள், வட்டெழுத்து-ஒருங்குறி ஆகிய பணிகளிலும் ஈடுபடும் வாய்ப்பு பெற்றவர். இதுபோல பல தமிழ் எழுத்து சார்ந்த விதயங்களில் ஈடுபாடு உள்ளவர்.

www.ingramcontent.com/pod-product-compliance
Lightning Source LLC
LaVergne TN
LVHW090358051026
849518LV00006B/2169
9789347206962